कोकणचे पारंपरिक

खेळे

गोविंद अनंत कुळकर्णी

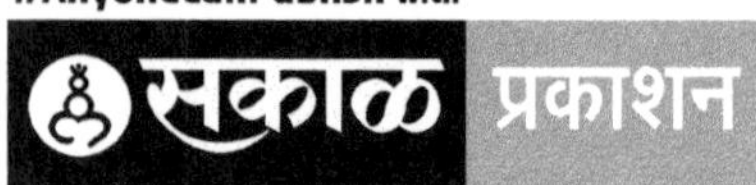

Kokanche Paramparik khele
© Govind Anant Kulkarni, 2024

कोकणचे पारंपरिक खेळे
© गोविंद अनंत कुळकर्णी, २०२४

प्रथम आवृत्ती	: मे २०२४
प्रकाशक	: सकाळ मीडिया प्रा. लि.
	५१५, बुधवार पेठ, पुणे-४११ ००२
मुखपृष्ठ, मांडणी आणि मुद्रितशोधन	: सारद मजकूर, पुणे
मुद्रणस्थळ	
	प्लॉट नं. ३२, एमआयडीसी, सातपूर, नाशिक
ISBN	: 978-81-970578-1-6
संपर्क	: ०२०-२४४० ५६७८ / ८८८८८४९०५०
	sakalprakashan@esakal.com

खेळ्यांचे हे पुस्तक
ग्रामदेवता
आणि
नाचते खेळे व रसिकांना
सप्रेम समर्पित!

आधी गणा नमू या

गणपती हा मंगलमूर्ती आहे, तसाच आनंदमूर्तीही. तो निरंतर आनंदात असतो. गणपतीला पराभव माहीत नाही. तो निरंतर विजयी होणारा, आनंदात राहणारा, गोडधोड खाणारा, बुद्धी कौशल्याचा योग्य वापर करणारा, अडलेल्यानडलेल्या; तसेच गोरगरिबांना मदत करणारा, स्त्रियांना सन्मानाने वागवणारा असा देव आहे. तो आनंदात असला की नाचतो.

गणपतीचे पिताश्री शिवशंकर महादेव हे तर आपल्या वर्तनासाठी विशेष प्रसिद्ध आहेत. ते नटेश्वर आहेत. विविध प्रकारची नृत्ये करण्यात वाकबगार आहेत. त्यांचे तांडवनृत्य पुरातन काळापासून प्रसिद्ध आहे. ते आनंदाने नाचतात; पण क्रोधायमान झाले, की तांडव करतात. आपल्या पिताश्रींचे गुण उचलताना गणपतीने आनंदात नाचणे एवढेच उचलले!

पार्वती माता ही सृष्टीच्या उत्पत्तीला आनंदरूप असे नृत्य करणारी आहे, तर भगवान शिवशंकर हे साऱ्या सृष्टीच्या संहाराला अनुरूप असे तांडवनृत्य करणारे आहेत. मात्र असा दोघांच्या वर्तनात परस्परविरोध असूनही ते जगत्जननी आणि जगत्पिता आहेत. त्या एकरूप असलेल्या दाम्पत्याला नमस्कार असो.

गजाननाने नृत्याचा आदर्श म्हणून पिता आणि माता (शिवपार्वती) अशा दोघांनाही मानलेले दिसते. मात्र बाळाला वर्षाचा असल्यापासूनच नाचायला फार आवडे. संत रामदासांनी त्यांच्या नृत्याचे असे वर्णन केलेले आहे -

लंबोदर नाचे सुंदर । रंग माजे अपरंपार ।
देव तोषे तो पुरंदर ॥
खुळखुळ नादे घागरिया छंदे । रसिक पदें पदें विशदें ।
नाना बंदे बंदे प्रबंदे ॥
गीत नृत्य साहित्य संगीत । नाना वाद्ये घनतंत वितंत ।
लुब्ध झाले संत महंत ॥

गणपतीचे ध्यान जसे शांत आणि प्रसन्न असते, तसाच गणपतीचा स्वभाव आहे. गणपतीच्या नृत्याचे कौतुक करणारी अनेक गीते पूर्वापार रूढ आहेत. अनेक संतांनी, कवींनी नाचणाऱ्या या गणपतीचे रंगून वर्णन केले आहे.

संत रामदास म्हणतात, 'नमूं गणेशा सुंदर वेशा रंगणी नाचता!' गणपती लंबोदर आणि स्थूल असूनही त्याचे नृत्यातील पदलालित्य जसे अचंबित करणारे आहे, तसेच आनंददायीही आहे. नाचताना गणपती हावभाव करण्यासाठी आपल्या चारही हातांचा उपयोग करतो आणि त्यामुळेच विशेष भावमुद्रा प्रभावीपणे दाखवू शकतो; पण त्याहीपेक्षा महत्त्वाचे म्हणजे त्याची सोंडसुद्धा या नृत्याची रंगत वाढविण्यास मदत करते. चार हात व एक सोंड असे हे पाच पाकळ्यांचे कमळ नृत्याची किती बहार उडवून देत असेल, याची नुसती कल्पनाच केलेली बरी. म्हणून गणपतीच्या नृत्याला इतके विशेष महत्त्व आहे. गणपतीचे भारदार नृत्य त्याच्या विशाल देहामुळे अधिक रम्य आणि सुंदर तर वाटतेच, पण त्याच्या या आगळ्यावेगळ्या स्वरूपामुळे त्याच्या चार भुजदंडांबरोबरच त्याचा शुंड दंडही नृत्यात रंगून गेलेला पाहणे हे खरोखरच परमानंदाचा विषय ठरणार नाही काय?

गणपती हा चौदा विद्या व चौसष्ट कलांचा स्वामी, तेव्हा नाटांच्या आरंभी त्याची आळवणी व्हायलाच हवी. तुकोबांनी आपल्या नाटाच्या अभंगामध्ये गणेशाच्या नमनाचे असे अभंग लिहिले -

समर्थ सांगतात -

त्याच्या नाचाने एकवीस स्वर्ग, पाताळ, पृथ्वी, अखिल सृष्टी आनंदाने नाचू लागली. वृक्ष, पर्वत, नद्या, नाले अशा सर्वांनीच या नृत्यात भाग घेतला.

श्री गणपतीच्या उत्पत्तीची कथा पुढीलप्रमाणे सांगितली जाते -

जगन्माता पार्वतीने आपल्या अंगाच्या मळापासून बाळमूर्ती घडवली आणि तिच्यावर अमृत शिंपडून सजीवन केली. मळापासून गणपती अवतरणे, ही घटनाच श्रमाला प्रतिष्ठा देणारी आहे. गणपती म्हणजेच आनंद, संतोष, सदाप्रसन्न! अहोरात्र श्रम करणाऱ्यांवर प्रसन्न होऊन त्यांना संतुष्ट करणारा. मळ म्हणजे माती - भूमाता. या भूमातेची प्रतिष्ठा जपणे, हाच तर गणपतीचा ध्यास आणि श्वास - यातच तर त्याचा महिमा! श्रीगणेश चतुर्थीला कुंभार मातीचा गोळा देत असत त्याची गणपती पूजेबरोबर पूजा करण्याची प्रथा होती. म्हणून तर खेळे काय किंवा इतर लोककला काय; त्या सादर करताना सुरुवातीला गणराय नाचगाण्याच्या तालावर मोठ्या आनंदाने नाचत येतात आणि आपल्या नृत्याने भक्तांना तोषवितात, प्रमुदित करतात. म्हणून,

ओम् नमोजी गणनायका
सर्वसिद्धी फलदायका
अज्ञान भ्रांती छेदका, बोधरूपा ॥
सगुण रूपाचा देव । महालावण्य लाघव ।
नृत्यकरिता
सकल देव तटस्थ होती ॥

संत रामदास त्याला नाच करण्यासाठी विनवितात -
रंगी नाच रे गणनायका । सिद्धिदायक गजमुख ।
लंबोदर फणीवर बंधना । चतुर्भुजा गजानना ॥
रामदास म्हणे नर कुंजरा । वेगी चिंतिता पावे विघ्नहरा ॥
शरीर भारी चपळ भारी । नाटक भरी रंग लीला ॥
आनंदवेळा सुख सोहळा । दास म्हणे गायनी कळा ॥
रंगी नाच रे गणनायका । सिद्धिदायक गजमुखा ॥

कवी मुक्तेश्वर त्यांचा जयजयकार करताना म्हणतात -
जयदेव जयदेव जय वक्रतुंडा ।
सिंदुर मंडित विशाल सरळ भुजदंडा ॥
प्रसन्न माळा विमला करी घेउनी कमळा ।
उंदीर वाहन दोंदील नाचसी बहुलीला ॥

सारी गम पधनी सप्तस्वर भेदा ।
धिमिकिट धिमिकिट मृदंग वाजती गती छंदा ॥
तातक् तातक् थय्या करिसी आनंदा ।
ब्रह्मादिक अवलोकिती तव पदारविंदा ॥
जयदेव जयदेव जय वक्रतुंडा ॥

गणपती बुद्धिमान आहे. तो रणांगणात लढणारा महायोद्धा आहे. राजकारणीही आहे. तो गणांचा अधिपती, सेनापतीही आहे. तो अन्यायाविरुद्ध लढणारा आहे. चतुर आहे, पराक्रमी आहे. उत्कृष्ट संघभावना निर्माण करणारा आहे. गणेश रंगभूमीचा कारक आहे. नटेश्वरही आहे. शाहीर प्रभाकरांच्या शब्दांत आपण गणेशाला प्रार्थना करू या -

हे मंगलमूर्ती । हे स्वयंभू शुभदायका, हे गणनायका ।
(तू आम्हां) नृत्य गायना अढळ दे स्फूर्ती ॥

* * *

लोककला

जगातल्या सर्व संस्कृतींनी आपापल्या गरजेनुसार नाटकांची निर्मिती केलेली आहे. ही नाटके लोकनाट्य स्वरूपाची आहेत. कळसूत्री बाहुल्या, छाया-प्रतिमा आदींनीही नाट्याचा उद्देश सफल केलेला आहे. ग्रीक नटांनी जीवनाहूनही विराट अशा कोणत्या तरी काल्पनिक वस्तूचे अनुकरण करण्यात भूषण मानले. बहुतेक प्राचीन नृत्यातले नट नकली चेहरा लावून किंवा मुखवटे घालून कृत्रिम उपायांच्याद्वारे आपले शरीर अतिमानुष दिसावे असा प्रयत्न करतात. उदाहरणार्थ, कथकली नृत्य. प्राचीन नटांच्या अतिमानवी अभिनयाला धार्मिक वातावरणाचेही साहाय्य मिळत असते. भारतीय नाट्य वेदकालाहूनही प्राचीन आहे. वेषांतर करणे हे नाट्याचे एक अंग आहे. यजुर्वेदात रुद्राला विश्वरूप म्हटले आहे. हा विश्वरूप म्हणजे अनेकांची रूपे घेऊन करमणूक करणारा बहुरूपीच असला पाहिजे.

वैदिक काळापासून भारतीय उपखंडात भिन्न भाषिक लोक शतकानुशतके एका संस्कृतीत नांदत आलेले आहेत. जीवनाकडे व जीवनविषयक समस्यांकडे पाहण्याचा त्यांचा दृष्टीकोन, त्यांची पूजापद्धती, अंधश्रद्धा, लोकभ्रम, विवाहविषयक चालीरिती व धार्मिक कर्मकांड या बाबतीत एकरूपतेतून अस्सल भारतीयत्व प्रतीत होते. या जीवनशैलीतूनच भारतीय रंगभूमी जातिवंतपणे विकास पावली आहे. 'उपरूपक' हा रंगभूमीचा प्रकार फार प्राचीन काळापासून अस्तित्वात होता. भरतमुनीने नाट्यशास्त्र लिहून रंगभूमीला विशिष्ट वळण लावले, तरीही प्राचीन काळापासून अस्तित्वात असलेल्या लोककला मागे पडल्यानंतर, आठव्या शतकापासून पंधराव्या शतकापर्यंतच्या काळात नव्या सांस्कृतिक जागृतीची स्पंदने निर्माण झाली. शैव व वैष्णव पंथीयांच्या प्रभावाने देवतांची मंदिरे वाढली. संगीत, नृत्य व नाट्य या कलांना उत्तेजन मिळाले व प्राचीन काळातल्यासारखीच मंदिरातून नाट्यकला दुमदुमू लागली. ईश्वराची लीला व भगवंताचे चरित्र हे मुख्य विषय होते. गीतगोविंद, जिवाशिवाचे संवाद, गौळणी-कृष्ण संवाद ही काही उदाहरणे सांगता येतील. यात कथानकाचा, भाषेचा, तंत्राचा बडेजाव नाही. आधुनिक भारतीय

रंगभूमीचा हा श्रीगणेशाच होता. लोकांना सहज समजू शकेल, असा नृत्यनाट्याचा प्रकार अमलात आणण्याचे श्रेय पिढीजात धंदा करणाऱ्या चारण मंडळींनाच दिले पाहिजे. या नाट्यप्रकारामुळे नृत्यांग्ना, नटी जन्माला आली. जनतेची भाषा व संस्कृत नाट्यतंत्र इत्यादी गोष्टींतील एकात्मतेतून लोकनाट्य निर्माण झाले. संस्कृत नाटकांप्रमाणेच लोकनाट्याने रामायण, महाभारतातील कथा तर घेतल्याच; शिवाय सूत्रधार व विदूषक ही पात्रेही आत्मसात केली. लोकनाट्यात नाच, गाणी, थोडासा संवाद व किरकोळ कथानक या पलीकडे काहीही नसते. मूळच्या ग्राम्य भाषेतल्या चटकदारपणाच्या जोडीला बुद्धिचातुर्य व कल्पकतेमुळे लोकनाट्ये आजही टिकून राहिली आहेत. यातला अभिनय, हावभाव, सभ्यतेला सोडून असतात. 'लोकांनी लोकांसाठी जी रंगभूमी निर्माण केली, ती लोकनाट्य रंगभूमी.' त्यांची जीवनपद्धती जीवनमान व अनुभव बदलत गेले, की लोकनाट्यही बदलणारच. लोकांना करमणुकीबरोबर बोधही हवा असतो. प्रेक्षकांच्या अंगी नाट्याची जी उत्कटता होती, ती नाटकाच्या नवीन स्वरूपाला, त्याच्या पुनरुज्जीवनाला उपयुक्त ठरली.

लोकनाट्य म्हणजे रात्रभर चालणारा खेळ, ही सार्वत्रिक समजूत खरी आहे. जागरण हे देवांसाठी असते. जागर म्हणजे ईश्वरभक्ती. लोकनाट्यात गाणी, संवाद एका गटाने म्हणावयाचे व दुसऱ्या गटाने त्यानुसार हावभाव करत नाचायचे. पार्श्वसंगीतमय संघगीत भारतीय लोकनाट्याचे एक विशेष अंग आहे. लोकनाट्यातील कृष्णाचे बालपण, बाललीला, राधेची त्याच्यावरील भक्ती, राधाकृष्णाचे प्रेम इत्यादी विषय लोकप्रिय झाले. कृष्ण प्रेम करतो, हसतो, हसवतो, थट्टामस्करी करतो, फसवणूक करतो, खुशामत करतो. सामान्य माणूस जे करतो, तेच तो करतो. तसे पाहिले, तर कृष्णावरील नाटके भारतीय रंगभूमीवरील पहिली सामाजिक नाटके ठरतील. गौळणींना अडविणारा कृष्ण मुरली वाजवतो, नाच करतो. यामुळे ग्रामीण गाण्यांची भर पडली आणि विविध प्रकारची सामुदायिक नृत्ये त्यांच्या जोडीला आली.

प्रारंभी देवतांना आवाहन, प्रार्थना, मंगलाचरणापासून ते वेशभूषेपर्यंत सर्व गोष्टी भरताच्या नाट्यशास्त्रानुसार लोकनाट्यांत पाळल्या जातात. प्रेक्षकांच्या सोयीच्या दृष्टीने मिळेल त्या जागी आणि जमेल त्या दिवशी लोकनाट्याचे खेळ चालत असत. नैसर्गिक वातावरण, स्वाभाविक परिस्थिती, राहणीमान, बाह्यसंस्कार इत्यादींमुळे विशिष्ट प्रदेशाचे असे लोकनाट्य बनत असते. त्याचा असा स्वतंत्र बाज असतो. उत्तरेत रामलीला, कृष्णलीला, तर दक्षिणेत डोंगराळ जंगली भागात पौराणिक वीरांची युद्धे, देव-दानवांच्या लढाया आणि जंगली श्वापदे हे विषय असत. वैष्णव

ग्रामदेवतेची पालखी

संप्रदायाच्या नाटकातूनच 'यक्षगान' या लोकनाट्याची उत्पत्ती झाली. भागवत संवाद व पदे म्हणतो आणि नृत्याचे संचालन करतो. पात्रांचा परिचय करून देतो. त्यांची स्वगत, भाषणे ऐकतो आणि गरज पडल्यास त्यांच्याबरोबर संवादात भाग घेतो. सूत्रधाराच्या खालोखाल विदूषकाचे महत्त्वही तेवढेच आहे. लोकनाट्यात संगीत, नृत्याच्या माध्यमातूनच पात्रपरिचय होतो. वन्य श्वापदे, देव आणि राक्षस यांचे मुखवटे असतात. यातील संवाद, विषय सर्वज्ञात असल्यामुळे स्वयंस्फूर्त आणि समयस्फूर्त असतात. आयत्यावेळी नेहमीचा नट नसल्यास त्याचे काम त्या तोडीचा कुणीही नट करू शकतो. पडदा लागत नाही. लढाया यक्षगायनाचा विशेष असल्याने रंगभूमीवर मृत्यूही दाखवला जातो. वेळ बघून मेलेले पात्र निघून जाते. रंगीबेरंगी पोशाख व चित्रविचित्र साजशृंगार हे यक्षगायनाचे वैशिष्ट्य असते. हिरव्या, निळ्या व लाल वस्त्रांवर सोनेरी कवच, बाहुभूषणे व कंठभूषणे वापरण्यात येतात. डोक्यावर झगमगीत मुकुट असतो. राक्षस, भूते भयप्रद व विचित्र मुखवटे वापरतात. यक्ष, गंधर्व, किन्नर यांच्यासारखी अर्धदैवी व अर्धमनुष्य कोटीतील पात्रे डोळ्यांच्या खाली लाल किंवा काळ्या रेषा ओढून आपले चेहरे बदलतात. कोणत्या पात्राने कोणती वेशभूषा करावी व कोणते रंग वापरावेत याबद्दल दृढ निर्बंधांची परंपरा आहे. कर्नाटकच्या किनाऱ्यावरील प्रदेशात मुख्यतः 'यक्षगाना'चा

प्रकार रूढ आहे. पूर्व भागात हाच प्रकार 'बयलाट' या नावाने प्रचलित आहे. 'यक्षगाना'तील मृदुंग येथे नसतो एवढेच.

तेलगूत 'विथिनाट्य' रस्त्यावरचे नाटक असा एक प्रकार आहे. त्यात संवादांखेरीज कविता, गाणी आणि नाच या गोष्टी असतात. तेलगूभाषी आंध्र प्रदेशात हरिकथेच्या अनुकरणाने 'भामा कलपम्' या नावाचा एक प्रकार नृत्यशास्त्र म्हणून लोकप्रिय आहे. 'भामा कलपम्'च्या धर्तीवर कानडी भाषेत 'पारिजात आट' आहे. 'बर्वकथा' (गोंधळ) नावाच्या तेलगू प्रकारात कथाकथनाचा जुना नमुना असून यात एक निवेदक असतो आणि दोघे साहाय्यक त्याला संवाद म्हणताना साथ देतात. या काळात भक्तीचा प्रसार होता म्हणूनच नृत्यनाट्याला प्राधान्य मिळाले. उडिया भाषेत जुन्या लोकनाट्यांत 'छाऊ' नावाचा एक नर्तन प्रकार होता. त्याला 'दंडनाट' संज्ञा होती. हा प्रकार शिवपार्वती विवाहाच्या कथानकावर उभारलेला व नृत्यावर आधारलेला होता. त्यात शिवाचे तांडवनृत्य प्रामुख्याने होते. 'पालव' प्रकारात नृत्य आणि अभिनयासहित निवेदन असे. 'ज्याच्या' नाटकाचा प्रभाव सबंध गंगातीराववरील प्रदेशांत पडला. त्यात नाट्य असे नव्हते. वैष्णवांची शिकवण व हितोपदेश एवढाच हेतू होता. आसाममध्ये 'भावोरिया'चे खेळ पुरातन काळापासून चालत आले आहेत. 'भावोरिया' शीघ्रकवी असतो. तो कुठल्याही खेळात समयस्फूर्त गाणी म्हणतो. 'ओजापाली' हे आसाममधील नाटकाचे प्राचीन रूप होय. त्यातील प्रमुख पात्रे 'ओजा' व त्याच्याबरोबर काम करणारी पात्रे म्हणजे 'पाली' होत. या नृत्यनाटकात रामायण, महाभारतातील प्रसंग रंगभूमीवर आणतात. 'ओजा' हा पौराणिक कथाभाग गाऊन दाखवतो व मधूनमधून इतरांशी गद्यात संवाद करतो. सबंध नट संच संघपद्धतीने गायन व नर्तन करतो. यात्रांच्या वेळी प्रहसने करत त्यांना 'जात्रा' म्हणत. 'झूमरा' नाटके छोटी व पद्यात्मक असतात. काही नाटकातील पात्रे बकासूर, कालिया इत्यादींचे प्रचंड मुखवटे घालतात. एका बाजूला पोथीची पूजा व दुसऱ्या बाजूला वाद्यवृंदाच्या साथीने नृत्यनाट्य सुरू होते. काश्मीर व पंजाबमध्ये 'भांड' हे अस्सल भटके गायक व नर्तक होते. 'भांड' व 'दर्ज पाथेर' या लोकनाट्यांच्या प्रकाराने श्रोत्यांची करमणूक होई. खेड्यातील लोक व त्यांचे दैनंदिन जीवन त्यांच्या नाट्याचे विषय असत. केरळातील 'कथकली' हा नाट्यप्रकार कवींनी आणि पंडितांनी विशेष परिश्रमाने संवर्धित केला असून, त्याच्या तंत्राचे विस्तृत नियम बनविलेले आहेत. नृत्य आणि मुद्रा या दोन साधनांद्वारे संस्कृत नाटके संपूर्णपणे करण्यात येतात.

कळसूत्री बाहुल्या हा खेळ प्राचीन काळापासून सुरू आहे. चौसष्ट कलांत

या कलेचा समावेश होतो. हा खेळही पौराणिक वा तत्सम कथा सादर करणारा लोकनाट्य प्रकार आहे. जिवंत नटांऐवजी त्या-त्या पात्राचे रूप असलेल्या बाहुल्या सूत्राला बांधलेल्या असून, माणूस वरून सूत्र धरून प्रसंगानुरूप त्या नाचवत असतो व त्यातून नाट्य घडते. हा माणूस जसा सूत्रधार, तसा नाटकालाही सूत्रधार लागतोच. या दृष्टीने नाटकाचे मूळ या खेळांत असून त्याची जन्मभूमी भारत हीच आहे. राजस्थान, माळवा, सौराष्ट्र, महाराष्ट्र, केरळ या प्रांतात हे खेळ आजही लोकप्रिय आहेत. रामायण, महाभारताची कथानके गाऊन व वाद्ये वाजवून सांगितली जातात. याला कठपुतळीही म्हणतात. रामदास पाध्ये बोलक्या बाहुल्यांमध्ये इतक्या कुशलतेने शब्दभ्रम निर्माण करतात, की बाहुलाबाहुली नि ते स्वत: असे तिघे संवाद करत आहेत असे वाटते. दुसरा प्रकार म्हणजे 'चर्मकथी'. जनावरांच्या चामड्याच्या पडद्यावर आतल्या बाजूला चित्रे उजेडासमोर धरली, की ती रंगीत होऊन दिसतात. चर्मकथीचा खेळ रात्रीच करतात. अतिशय नाट्यमय रीतीने हा खेळ दक्षिण भारतात सादर केला जातो.

'रामलीला' हे उत्तर प्रदेशातील एक धार्मिक लोकनाट्य. प्रभू रामचंद्रांच्या जीवनातील काही प्रसंग यात नाट्यरूपाने दाखवतात. संत तुलसीदासाने 'रामलीले'चा प्रारंभ केला, असे काही विद्वानांचे मत आहे. अश्विन शुद्ध प्रतिपदेला रामलीलेला सुरुवात होते आणि दसऱ्याच्या दिवशी ते संपते. यावेळी तुलसी रामायण वाचतात व काही लोक त्या श्लोकांचा अर्थ सांगतात. त्यांना अनुक्रमे 'पाठक' व 'धारक' म्हणतात. काही वेळा रामायणातील ते प्रसंग रंगमंचावर नाट्यरूपाने सादर केले जातात. खुल्या रंगमंचावर प्रेक्षकांच्या मागच्या बाजूला उंच मंचावर कथाकार व वाद्यवृंद बसतो. कथाकार खड्या आवाजात तुलसीदासाच्या रामचरितमानसातील चौपाया गातो. त्यावेळी कलाकार रंगमंचावर स्तब्ध उभे राहतात. त्याचे गायन संपल्यावर कलाकार त्यातील आशय स्थानिक बोलीत संवादरूपात म्हणतात व त्याप्रमाणे अभिनय करतात. लंकादहनाच्या वेळची आतषबाजी पाहण्यासाठी हजारो प्रेक्षक गोळा होतात. शेकडो कलाकार चमकदार व भडक मुकुट घालून, मुखवटे चढवून आणि अनुरूप वेशभूषा करून सात-आठ मैल पसरलेल्या विशाल रंगमंचावर चाळीस दिवसांपर्यंत 'रामलीला' सादर करतात. प्रेक्षकही त्या लीलांशी समरस होतात.

'राधाना आट' हा कर्नाटकातील लोकनाट्याचा एक प्रकार होय. मराठी 'तमाशा'चे हे कन्नड रूप आहे. मराठी कलेतील 'राधा' या पात्रावरून या लोकनाट्याला 'राधाना आट' असे नाव मिळाले आहे. यातील संगीत छक्कड,

कव्वाली व लावणी यांच्या धर्तीवर आधारित असून त्यात 'सारंगी' आणि 'धप्प' या वाद्यांची साथ असते. पूर्वी वेशभूषा फारशी भडक नसे. वगातील गीते गाण्यासाठी सुमारे आठ व्यक्तींचा एक वृंद असतो. प्रणयप्रधान कथानक, अश्लीलतेकडे झुकणारे संवाद व त्यास अनुसरून असे हावभाव यामुळे खेडोपाडी हे लोकनाट्य अत्यंत लोकप्रिय ठरले आहे. पूर्वी उत्तर कर्नाटकातील प्रत्येक गावात एक किंवा दोन फड उभारलेले असत.

'राधानृत्य' महाराष्ट्रातील एक कलात्मक नृत्यप्रकार. शिमग्याच्या महिन्यात याचे कार्यक्रम होतात. यात अभिनयाला फार महत्त्व असते. या नृत्यात एका मुलाला लुगडे-चोळी नेसवून स्त्रीवेश देतात. त्यालाच 'राधा' म्हणतात. ही राधा मधे उभी असते व तिच्याभोवती अर्धवर्तुळाकार इतर सवंगडी उभे राहतात. नृत्याचा प्रारंभ राधा करते. त्यावेळी ती पदविन्यास करत राधाकृष्णाची गाणी म्हणते. अर्धवर्तुळातील लोक धृपद गातात. नाचाला मृदुंग व झांज यांची साथ असते. राधेची आळवणी करणे ही नाचातली कृष्णाची भूमिका असते. कधी राधा त्याचे प्रेम स्वीकारते, तर कधी त्याला झिडकारून दूर होते. डफाची साथ घेतल्याने कोकणात याला 'डफ खेळे' म्हणतात.

तमाशा - प्राचीन काळात सुगीच्या दिवसांत खेड्यापाड्यांतून काही कथाकथक हिंडत असतात. ते अंगणात खाटेवर बसत. स्त्री-पुरुष गोष्टी ऐकायला जमत. काही बहुरूपी वेगवेगळी सोंगे घेत व त्या सोंगानुरूप अभिनय करत. यात्रा प्रसंगात ललिते, भारुडे होत. यातून लोकनाट्य 'तमाशा' उदयास आले. नामदेव व्हटकर म्हणतात, त्याप्रमाणे मोगलांच्या काळात महाराष्ट्रांत फौजांचे तळ पडले होते. त्यांच्या मनावरील ताणतणाव दूर करण्यासाठी करमणूक हवी असे. सैनिक कौटुंबिक जीवनालाही पारखे व अतृप्त असत. फौजी लोकांनी गोंधळी, डोरी, कोल्हाटी, महार इत्यादी गाणी-बजावणी करणाऱ्यांना करमणुकीसाठी आश्रय दिला. त्यांच्या त्यांच्या ताफ्यात नाचे ठेवायला लागले. अशा ताफ्यांना त्यांनी 'तमाशा' नाव दिले. याप्रमाणे तमाशाचा उदय झाला असावा. गणगौळण, लावण्या, आध्यात्मिक कवने आणि मुजरा अशी तमाशाची पाच अंगे होती. 'गण' म्हणजे गणपतीला वंदन, नंतर गौळण साभिनय व संवादासह गाऊन सादर केली जाते. श्रीकृष्णाने गोपींची काढलेली छेडछाड, हा या गौळणींचा विषय असतो. त्यानंतर लावणी. लावणीमध्ये 'उत्तान शृंगार' असतो. उत्तररंगात एखादा वग सादर केला जातो. वग म्हणजे एक प्रकारचे नाटकच. सर्व कलावंत उत्स्फूर्तपणे संवाद करत कथानक पुढे नेतात. कथानक संगीतातून सांगितले जाते. संवाद गद्य-

पद्यात्मक असतात. प्राधान्याने शृंगार व हास्य या दोन रसांत कथा सादर होते. तमाशात नाट्यात्मकता होतीच. विष्णुदास भाव्यांनी 'दशावतारी खेळा'त सुधारणा करून पौराणिक नाटके सुरू केली. भाव्यांच्या 'मोहन बढावे' व पट्ठे बापूरावांचा 'मिठ्ठा राणी' हा वग आजही लोकप्रिय आहे. स्वातंत्र्योत्तर काळात तमाशाला 'लोकनाट्य' म्हटले जाऊ लागले.

'ललित' हा शब्द 'लीला' या अर्थाचा आहे. हा प्राचीन नाट्यप्रकार होय. कर्नाटकातील भागवत, बंगालची कृष्णलीला, मथुरेची वज्रविहार परंपरा व ललित यात साम्य आहे. महाराष्ट्रातल्या संतांनी कृष्णलीलेचे अभंग गायले आहेत. त्या पूर्वीची महानुभाव परंपराही पूर्ण कृष्णभक्तीचीच आहे. नवरात्र, कार्तिकी एकादशी इत्यादी धार्मिक उत्सवप्रसंगी ललिते होत. यातच वासुदेव, दिंडीगाण इत्यादी ईश्वरभक्तांची सोंगे असतात. ती सोंगे स्वसंप्रदायानुरूप देवतेला प्रसाद मागून मग तो सर्वांना वाटतात. नाटकाच्या प्रवेशाप्रमाणे सोंगे आणतात. ललिताचा मूळ उद्देश वेदान्तोपदेश हाच होता. करमणुकीसाठीही काही सोंगे आणण्यात येत. छडीदार, भालदार, चोपदार, वासुदेव, गोंधळी, वाघ्या मुरळी, बहिरा, मुका, आंधळा इत्यादी पंचवीस-तीस सोंगे आणत. त्यांना 'भारुडे' म्हणत. ज्या नाट्यात वरवरचा अर्थ एकपण सखोल अर्थ वेगळाच सूचित केला जातो, अशा द्वयार्थी रचनेत भारुडे सादर केली जातात. (भारुड एक काल्पनिक पक्षी असून त्याला एक शरीर व दोन तोंडे असतात.) यात गद्य, पद्य व संगीत उत्स्फूर्तपणे सादर केले जाते. संवाद व प्रसंग हास्योत्पादक असतात. ललितांत एकनाथांची भारुडे संगीत साभिनय सादर केली जातात. शाहीर साबळेंनी गायलेले 'विंचू चावला' सर्वश्रुत आहेच. ललिताचा शेवट सामान्यत: रावणाचा वध करण्यात होई. पात्रांची सजावट ओबडधोबड असे. एकोणीसाव्या शतकाच्या आरंभी विष्णुदास भावे यांची पुष्कळशी नाटके ललितसदृश असत.

'कीर्तन' हा एकपात्री प्रयोग आहे. कीर्तनात नाट्य हवे. यात वाचिक अभिनयास अधिक वाव असतो. संवादाची अचूक फेक करताना शब्दांचे महत्त्व ध्यानात असणे अगत्याचे आहे. कीर्तन हे नाटक नसले, तरी कीर्तनातील नाट्य विविधांगी आहे. कीर्तन हे अथपासून इतिपर्यंत भावनाट्य आहे. कीर्तनात अभिनयाची सारी अंगे येतात. हावभावांची भाषा असते. हे वर्णन हरिदासांच्या अभिनयपद्धतीला बऱ्याच अंशी लागू पडते. दहाव्या शतकानंतर नाट्यरंगभूमीला ग्रहण लागल्यानंतर भारतात अनेक संतांचा उदय झाला. भक्तीरसपूर्ण कथाप्रसंग वा आख्याने संमिश्र समाजापुढे एकट्या हरिदासाकडून सांगितली जात. कीर्तन कलेत अनेक कलांचा

समावेश असल्याने ती असामान्य कला आहे. नारदमुनी हे पहिले कीर्तनकार होते; असे परंपरा सांगते (पद्मपुराण).

'नारदीय कीर्तन' व 'वारकरी कीर्तन' असे कीर्तनाचे दोन प्रमुख प्रकार मानले जातात. वारकरी कीर्तन संत नामदेवांपासून सुरू झाले. यात प्रामुख्याने निरूपण असते, आख्यान नसते. ज्ञानदेव, नामदेव, एकनाथ, तुकोबा, निळोबा हेच प्रमुख वारकरी संत म्हटले जातात. त्यांचे अभंग निरूपणासाठी निवडले जातात. निरूपणासाठी प्रमुख कीर्तनकार मध्यभागी उभा असतो आणि त्याच्या मागे पाचपन्नास टाळकरी साथीला उभे असतात. त्यात तत्त्वचिंतनावरच भर असतो. भक्तिभाव जागृत करणे, एवढीच दृष्टी असते. नारदीय कीर्तनांतर्गत रामदासी, कैकाडी, गाडगे महाराज, राष्ट्रीय कीर्तन इत्यादी वैशिष्ट्यपूर्ण परंपरा आहे. मुरलीधर बुवा, निजामपूरकर बुवा यांनी वारकरी व नारदीय कीर्तनाचा सुवर्णमध्य साधला.

आजही खेड्यापाड्यांत या कलेचे लोकजीवनातील स्थान अढळ आहे. समाज प्रबोधनाची व शुद्ध सात्त्विक मनोरंजनाची कीर्तनाइतकी दुसरी श्रेष्ठ कला नाही. कीर्तनाने जातिभेद न मानता लोकांना बहुश्रुत केले. विनोद, दृष्टांत यांची पातळी वरचीच असते. कीर्तनकार स्वतः मर्यादा पुरुषोत्तम असावा लागतो. कीर्तनातील तत्त्वचिंतन कलेचा स्पर्श होऊनच अवतरते. कीर्तनातील पूर्वरंगात मंगलचरण व निरूपण असते व उत्तररंगात आख्यान असते. पूर्वरंगानंतर कीर्तनकाराला पुष्पहार व बुक्का लावला जातो. नंतर सर्व मंडळींना बुक्का लावला जातो. शेवटी चालू काळातील प्रासंगिक उदाहरणे देऊन कथेचा संदेश श्रोत्यांच्या मनावर बिंबवतो. उत्कृष्ट कीर्तनकार आपल्या अप्रतिम निरूपण कौशल्याने व बहुश्रुत बुद्धिचापल्याने सबंध रात्रभरसुद्धा श्रोत्यांना आपल्या जागी खिळवून ठेवू शकतो.

या कीर्तनकलेतून मराठीतील सुरुवातीच्या नाटकांनी कथानके व संगीताच्या चाली उचलल्या.

***

देवीचा जाप – गाऱ्हाणे

ग्रामदेवतांच्या देवळांत आणि इतरत्र सालाबादप्रमाणे आणि प्रसंग विशेषी योग्य तो बदल करून राखणेचा, नवस बोलणे, नवस फेडणे, चोरी वगैरे झाली असल्यास गुरव व भगताकडून जाप दिला जातो. सणावाराला देवळांत जाप देतात तो असा –

'बाऽऽ गणपती, रवळनाथ, तू कुमजाई, वाघजाई, काळके माझ्या आयशी, पाच खऱ्याचे राजीमत मिळवून आकाराचे निराकार मागं चापून, राजसत्तेची ना पूर्व सत्तेची समेट घाल, सांबाची ना पिराची गांठ घालून राजीमत मिळव. हातात काठी घे, कमरेला शेला बांध आणि आज माझे बाय गावची अठरापगड जात, समाजमंडळी काय म्हणतेय, की सालाबादप्रमाणे आज या सणाला राखणेचा नारळ देतोय तो सोन्याचा गोळा घे मानून आणि आज माझे बाय, सत्याची पांढर तू हायस, देवकळा तुझी आहे, तर हातात काठी घे, कमरेला शेला बांध आणि या साठ प्रजेच्या जापाला उभी राहा गे. माझ्या आई, गावची आज साठ प्रजा जशी आजपर्यंत सांभाळलीस, तशी परदेशांत आज तुझी लेकरं कामधंद्यासाठी, पोटापाण्यासाठी हायत - त्यांच्या वायटाचा, संकटांचा पलिता मागं सार. त्यांच्या बऱ्याला, त्यांच्या होऱ्याला जशी उभी राहिलीस, तशी उभी ऱ्हा आणि या साठ प्रजेचा खेळखंडोबा जसा आजपर्यंत सांभाळलास, तसा सांभाळ कर आणि चूकवाक पदरात घाल. राखण कर गऽऽ माझ्या आयशी.'

जापासाठी उभे असलेले गावकरी 'होय गेऽऽ बाय माझ्या आयशी' म्हणून साथ देतात.

वर्षातील पहिला सण श्रावणी पौर्णिमेला 'जागर' येतो. त्यावेळी जाप देतात. त्याचा हा नमुना नंतर देवदिवाळी आणि शेवटी शिमगा असे गावकीचे सण तीन. गावोगावी थोड्याफार फरकाने सणावारांना आणि आवश्यक तर इतर वेळी गुरवाकडून जाप देण्यात येतात. तसेच काही कार्यानिमित्त घरी खेळे नाचवल्यावर खेळ्यांच्या शेवटी आवर्जून जाप दिला जातो.

खेळे – थोडेसे मनातले...

खेळे लहानपणी इतके का आवडत होते, कारण अतिआवडीने बघणारे मोठे लोकही होते. आपल्या घरी खेळे असले, की परीटघडीचे कपडे, लुगडी, दागदागिने, जे काही लागणारे सामान असेल, ते खेळ्यांना हौशीने देत होते. त्यांनी दिलेल्या वस्तूंनी सजवलेल्या खेळ्यांना, सोंगाड्यांना बघण्यात वेगळीच मजा होती. रोजच्या जगण्यातली आसपास वावरणारी आपलीच माणसे खेळ्यात वेगवेगळ्या रूपांत पाहण्यात मौज वाटायची. कुठेही, कुणाकडेही खेळे असोत, सगळे जमणारच! खेळे देवाचे, मौजेचे आणि हौशीचेही. मग खेळ्यांवर, सोंगांवर बोलत राहणार! काय असायला हवे होते आणि काय नको होते. पुढचे खेळे होईपर्यंत.

शहरातील संबंधितांना आमचे हे खेळ्यांचे वेड उत्साहाने सांगायचे. खेळे म्हटले म्हणजे काय वातावरण होते, ते खुलवून खुलवून सांगायचे. या भावनेतूनच हे लिखाण झाले. खेळ्यांची ही संहिता, हा अल्पसा प्रयत्न आहे. मौखिक परंपरेतून आलेले खेळे देवाचे म्हणून त्या ग्रामदेवतांना हे वंदन करत आहे. तत्कालीन ग्रामीण जीवनाचे दर्शन घडावे व आपले स्मृतिरंजन व्हावे, आपल्या भावावस्थेत इतरांनाही सामावून घ्यावे, म्हणून पण हे लिहिण्यात स्वारस्य वाटते.

ग्रामीण नाट्यमंडळाच्या कार्यक्रमात एखादा वक्ता खेळ्यांबद्दल भरभरून बोलायचा. म्हणायचा, 'सहज अभिनय, हावभाव यांच्याकडून शिकावे. आम्ही शिकलो. यांच्याकडून प्रेरणा घेत नाटके उभी केली. वगैरे वगैरे!'

मुंबईत कधी कुणाकडे काही कार्यानिमित्त आम्ही भावंडे, आप्तस्वकीय, एकत्र जमलो, की गप्पांच्या ओघात खेळ्यांचा विषय यायचाच. खेळ्यांचे नाव काढले, की आमचे 'हादि गन्ना' सुरू. मग जे काही हाताला लागेल ते वस्त्र डोक्याला गुंडाळून, खांद्यावर उपरणे म्हणून टाकून 'हादि गन्ना नमू या.' करत नाचणे सुरू. बाकी सगळे हावभावातून, आभास उत्पन्न करण्यावरच निभावून न्यायचे! नाहीतरी खेळ्यांचा बराचसा भर आभास उत्पन्न करण्यावरच असतो. स्टेज, नेपथ्य, वातावरण, सोंगातील लग्नाची वरात म्हटल्यावर सोंगाड्या, तोच तोंडाने आवाज

काढत ढोलताशे वाजवणार, तोच पेपेटे वाजवणार आणि नाचणारही तोच! लाकडी तलवार कधी काठी म्हणून, कधी पेपेटे म्हणून वापरणार. कधी काठी म्हणून ढोलताशासाठी वापरणार.

परिणामी खेळ्यांची म्हणणी, त्यातील सोंगे आठवून आठवून लिहून काढली. गावाला जाई, तेव्हा गावकऱ्यांना खेळ्यांबाबत आणखी माहिती विचारून घेई व त्यात भर घालत लिखाण अधिकाधिक सुधारून घेई. त्यातून ही संहिता थोडीफार साकारण्यात आली आहे. पुढे कुणाला याच्याहून जास्त सरस संहिता साकारण्यास या लिखाणाची मदत झाल्यास मी धन्य होईन.

गावातील व आसपासच्या परिसरातील मुव्ल्ये, जोशी, पुराणिक, कुळकर्णी आदी परिवारातील मंडळींनी काही कार्यानिमित्ताने खेळ्यांचा प्रयोग करण्याचे ठरवले. त्याप्रमाणे पहिल्यांदाच एका संमेलनात खेळे नाचलोही. लोकांना आवडतात म्हटल्यावर मोठ्या उमेदीने 'नमन मंडळही' स्थापन केले. बऱ्याच ठिकाणी खेळ्यांचे प्रयोग झाले.

संहिता तशी साधी, सरळ, सोपी आहे. बाळबोध अशी विशिष्ट लोकांपुरती मर्यादित आहे. याची आम्हाला जाणीव आहे; पण आम्हाला प्रिय अशा खेळ्यांची ती आहे, हे विशेष!

शब्दरचनेचे उच्चार समजून घ्यावे लागतात. उदाहरणार्थ, 'हादि गन्ना नमू या'च्या ठिकाणी 'आधी गणा नमू या' असे होईल. मात्र जुन्या उच्चारांतील सूर, ताल, नादातील गोडवा नव्यात येत नाही. 'दाब दाब दुमनाम्, दाब दाब दुमनाम्।', 'दुधुमनाम नाम दुधुम नाम नाम', 'अरे हादि गन्ना नमू या रे, हादि गन्ना नमू या।' असा ताल शुद्ध लेखनात कसा बरे पडेल?

खेळ्यांचा आनंद अतुलनीय तसाच संस्मरणीय आहे. मुखवट्यांची, तसेच मेकअपमधील सोंगे विलक्षण चित्तवेधक. उत्स्फूर्त संवाद, हावभाव, नाच-गाणी, यातील गोडीच अशी अवीट! पुराणे, रामायण, महाभारत, शिवकाल हा विषयांचा खजिना अलोट! शिवाय सामाजिक विषय आहेतच. बदलत्या सामाजिक परिस्थितीवरील आधारित विषयांवर छोटी-छोटी नाटुकली लिहून ती बसवून सादर केली, तर खेळ्यांत कालसुसंगत बदल होईल. मंडळींना तो फरक भावेल, आवडेल. मात्र खेळ्यांचा पारंपरिक ढाचा बदलू नये, एवढेच!

सांस्कृतिक कलांच्या अशा जागरणामुळे आवारातील उदासीनता नाहीशी होते. पूर्वी वस्ती कमी, जंगले जास्त अशा स्थितीत वन्य प्राण्यांची भीती वाटायची. तिन्हीसांजेला सुनसान वातावरणात एकाकी, भयाण वाटायचे. अव्यक्त

अस्तित्वाची काल्पनिक भीती असायची. अशा वेळी खेळे वगैरे असले, की वातावरणातील भीती जाऊन प्रसन्नता यायची. अभय मिळायचे. जगण्याला अर्थ यायचा. नवीन काही करायला उमेद यायची. नुसते आज आपल्याकडे खेळे आहेत, या भावनेने वातावरणात चैतन्य संचारायचे! रात्री जेवणखाण आटोपल्यावर निवांत वेळ खेळ्यांसाठी सोयीची. वातावरणाला तजेला आणणारी ठरायची-ठरते.

मंडळीतील कलागुणांना व्यक्त व्हायला वाव मिळतो. जगण्यालाच एकूण अर्थ मिळतो. खेळ्यांबद्दल किती लिहू आणि किती नको असे होऊन जाते. तरी आता बास करतो!

हे लिहायला आप्तस्वकीयांनी प्रोत्साहन दिले. माझे जामात संतोष रामचंद्र निमकर यांनी ते प्रत्यक्ष कागदावर उतरविण्यास उद्युक्त केले. गाववाले, खेळे मंडळी या सर्वांच्या प्रेरणेतून, तसेच प्रेमापोटी हे लिखाण झाले. हे ग्रामदेवांचे स्तवन आपले सर्वांचेच आहे. त्या देवतांनी येथपर्यंत आणून सोडले आहे. येथून पुढे ते प्रत्यक्षात लोकांपुढे येवो, हीच त्या श्री, कुमजाई, वाघजाई, काळकाई, चणकाई, त्रिमुखी, नवलाई, सोमजाई, रवळनाथ, आदी ग्रामदेवतांना मनःपूर्वक प्रार्थना.

***

खेळे अगदी लहानपणापासून पाहत आलो आहोत. काही ना काही कार्यानिमित्ताने गावात कुणाकडे ना कुणाकडे खेळे हे व्हायचेच. असेच एकदा आमच्याकडे खेळे होते. मांडव सजवलेला. दाराबाहेर मांडवात नामन दिवा लावलेला. वातावरण मंगलमय होते. पै-पाहुणे होते. एकूण गजबज होती. गावची मंडळी मांडवात येऊन बैठकीवर बसली. आम्ही आपापल्या जागा धरून बसून घेतले, खेळ्यांची आतुरतेने वाट बघत. शेजारच्या अंगणात खेळे झगे घालत होते. मृदुंगावर थाप पडली, तशी मंडळी सावरून बसली. कुणीतरी म्हणाले, 'बोवण लागले, आता येतील...' उत्कंठा शिगेला पोहोचली. एवढ्यात खेळे येऊन कोपऱ्यात कोंडाळ्याने उभे राहिले आणि मृदुंगावर थाप पडलीसुद्धा! खेळे -

धाब धाब दुमनाम् । धाब धाब दुमनाम् ।

दुदुम नाम नाम । दुदुम नाम नाम ।

धाब धाब दुमनाम् । धाब धाब दुमनाम् ॥

टाळ मृदुंगाच्या तालावर 'हदि गन्ना नम्मन, हदि गन्ना नम्मन ।' म्हणत पुढे येऊन रांगेत उभे राहिले. दोन्ही अंगांना झुलत, आधी गणा, ग्रामदेवता, इष्टदेवता... ते मृदुंग्या, सभेला बसले, नमने म्हणत राहिले. खेळ्यांनी पायघोळ झगे घातलेले. दोन्ही खांद्यांवरून उपरणे घेऊन, त्याचे शेव पुढे घेऊन ते कमरेच्या शेल्यात खोचून पुढे सोडलेले. डोक्यावर पागोटे किंवा फेटे, कानात कर्णभूषणे, गळ्यांत रंगीबिरंगी मण्यांच्या माळा, कपाळाला टिळा अशा वेशात टाळ-मृदुंगाच्या तालावर झुलत नाचणारी ही खेळ्यांची फळी म्हणजे जसा हलता-झुलता पडदाच!

सुरुवातीची नमने संपल्यावर खेळ्यांच्या या हलत्या-झुलत्या पडद्यापुढे दोन राधा, संकासुर व कुचेवाला हे संघ गीताच्या तालावर (म्हणणींवर) आपल्या विशिष्ट ढंगात नाचत राहतात. सोंग पुढे आले, की हे मागे जातात. खेळ्यांच्या म्हणणीतून पुढे येणाऱ्या सोंगाची आगाऊ सूचना मिळते. रामायण, महाभारत, पुराणे यातील देवादिकांची दैत्य, राक्षसांची सोंगे येतात. म्हणणीतून कोणते सोंग

येणार ते असे कळते. उदाहरणार्थ,

यातील एक चरण धारकर व काही खेळे म्हणतात. बाकीचे खेळे तोच चरण परत म्हणतात. नंतर धारकर कथा सांगण्यासाठी 'ओऽऽ रीऽऽ' म्हणतो व पुढे 'मथुरेला कंस राजाच्या बंदिवासात श्रावण वद्य अष्टमीला मध्यरात्री देवकी प्रसूत होऊन तिला बाळ कसा झाला आहे,' असे कथन करतो व खेळे टाळ-मृदुंगाच्या ठेक्यावर 'कोणेऽऽऽ गतीऽऽ' म्हणत साथ देतात.

धारकर सोंगाड्यांशी बोलतो, त्यांच्या बोलण्याचा अर्थ विशद करून सांगतो. काही वेळा धारकर व काही हजरजबाबी खेळे सोंगांशी संवाद साधत त्यात बेमालूमपणे सामील होतात. खेळ्यांचे व्यासपीठ म्हणजे जणू गाव, खेळे म्हणजे गावकरी, त्यांचा धारकर म्हणजे जसा गावाचा पाटील! पौराणिक, ऐतिहासिक गोष्टी, प्रसंग यांच्यापुढेच घडतात आणि वेगवेगळ्या ठिकाणांहून, समाजातील विविध स्तरांतून आलेली माणसे यांच्याकडे येऊन प्रचलित समाजाचे दर्शन घडवतात; तेही यांच्यामधूनच. असा खेळ्यांचा हा माहोल सगळ्यांनी मिळून तयार होतो. लहानांपासून थोरांपर्यंत सर्वांनाच यात कुठे ना कुठे वाव असतो. खेळे ही अशी लोकविलक्षण कला आहे. खेळ्यांमागून सोंगे येतात. खेळ्यांच्या साथीने गातात, नाचतात, बोलतात, भांडतात आणि काम झाले की निघून जातात. सोंग मागे गेल्यावर दुशीकडचे मृदुंगे एकमेकांजवळ येतात, वाजवत खेळ्यांच्या म्हणणींना साथ देतात. खेळ्यांचे चालू, 'एक येता भला, एक जाता भला।' अशा वेळी उत्साही रसिक मंडळी खेळ्यांमागे जाऊन सोंगाड्यांना आपल्याला हवे ते सोंग आणायला सांगतात. ते सोंग येणार म्हणून खूश होऊन परत बैठकीवर येऊन बसतात. संवाद सर्वज्ञात व समयस्फूर्त असतात. नेहमीचा सोंगाड्या नसला, तरी दुसरा कुणी ते सोंग आणून वेळ निभावून नेतात. स्त्रियांची कामे पुरुषच करतात.

फार मोठ्या गुंतागुंतीची नाट्यरूपे नाहीत. छोटी-छोटी सोपी नाटुकली दाखवतात. देव, दानव, राक्षस व वन्य श्वापदांचे मुखवटे असतात. रंगीबेरंगी वेशभूषा व आभूषणांनी सजलेली सोंगे असतात. काही प्रचलित साधी वेशभूषा असली, तरी अतिशयोक्त संवाद व हावभावांनी रंगत आणतात.

विश्वरूप म्हणजे अनेकांची रूपे घेऊन रूप बदलण्याच्या कलेने लोकांची करमणूक करणारा बहुरूपीच होय. भारतीय लोकनाट्याचा आरंभ या रूपे बदलण्याच्या कलेतूनच झाला असला पाहिजे. व्यक्तीच्या भावभावना आविष्कृत

करण्याचे साधन म्हणजे अभिनय. भाषण, अंगविक्षेप, हालचाली व आवाजातील चढउतार या अभिनय साधनांच्यायोगे रूपकाला नाट्याचे रूप येते. अभिनय दृश्याला मूळचे नाव 'रूपक' आहे. रूपाचा आरोप, जसे सोंगाड्यांनाच राम, कृष्ण म्हणावयाचे. मुखवटे घालून किंवा रंगरंगोटी करून सोंगे येतात, तेव्हा ती आपल्याहून वेगळी अशी रूपकांची दुनिया असते, तरीही आपल्या जीवनाशी निगडित अशी लोकविलक्षण दुनिया ज्या माध्यमातून पाहतो, रंगून जातो, ते माध्यम म्हणजे 'लोककला' होय.

नाट्याचा उगम सर्व जगात एक धार्मिक कृत्य म्हणून झाला. ऋतू परिवर्तन किंवा वर्षबदल, या प्रसंगी आदिम मानवाकडून केल्या जाणाऱ्या धार्मिक नृत्यगीतातून झाला आहे. दुसऱ्या काही लोकांच्या मते, नाटक हे पूर्वजांच्या सन्मानासाठी निर्माण झाले. काही लोक देवी भगवतीला वार्षिक उत्सवांत संतुष्ट करण्यासाठी नाटक करून दाखवत असत. ग्रामदेवता, पर्जन्यराजा किंवा धरणीमाता यांच्याबद्दल कृतज्ञता व्यक्त करण्याचा हा एक प्रकार आहे. तोच एकप्रकारे इष्टदेवतांना अर्पण करण्याचा नैवेद्य होय.

रात्रभर चालणारा खेळ म्हणजे देवासाठी जागरण करणे. 'जागर' म्हणजे 'ईश्वरभक्ती' होय.

सोयीनुसार खेळे कुठेही जमेल त्या दिवशी नाचतात. नैसर्गिक वातावरण, स्वाभाविक परिस्थिती, राहणीमान, नाट्यसंस्कार इत्यादींमुळे विशिष्ट प्रदेशाचे असे लोकनाट्य बनत असते. त्याचा असा खास बाज असतो. कोकणची खासियत खेळे! खेळ्यांचे कर्नाटकातील यक्षगानाशी काहीसे साम्य दिसते.

खेळ्यांना काही सोंगासाठी खेळ्यांपुढे नेपथ्यासाठी एक-दोन खुर्च्या, टेबल, बाकडे, घडवंची वगैरे काही वस्तू लागतात. त्या किंवा इतर काही आवश्यक वस्तू घरमालक (ज्या दिवशी त्यांच्याकडे खेळे असतात तेवढ्यापुरत्या) देतात. मांडामांडीसाठी (नेपथ्यासाठी) आडोसा हवा, म्हणून रंगीबेरंगी नक्षीदार पडदा (पडदाधारी दोन कुणीही व्यक्ती चालतात.) ऐतिहासिक, पौराणिक पात्रांसाठी लागणारे साजशृंगाराचे साहित्य, रंगीबेरंगी पोशाख, बाहुभूषणे, कंठभूषणे, रंगीबेरंगी मुकुट वगैरे तसेच राजेरजवाड्यांचे, देवादिकांचे, राक्षस भूतांचे व वन्य श्वापदांचे मुखवटे, तलवारी, धनुष्यबाण, गदा इत्यादी लढाईसाठीची शस्त्रे व लागणारे इतर किरकोळ सामान असते. ते ठेवण्यासाठी पेटारा असतो. पेटारा गावकऱ्यांकडे ठेवला जातो. खेळ्यांचे वेळी तो त्या-त्या ठिकाणी नेण्या-आणण्याचे काम पाळीपाळीने केले जाते.

गोंधळ, भारूड, तमाशा वगैरे लोककलांतील काही आवडणाऱ्या गोष्टी, गाणी, नाच इत्यादींचा खेळ्यांत समावेश करतात. कीर्तन, नाटक, सिनेमा यातीलही काही कलाप्रकारांना आपल्यात सामावून घेऊन आपल्या क्षमतेनुसार आपल्या ढंगात सादर करतात.

खेळे कुणबी समाजाचे; पण तसे ते सगळ्यांचेच. आलुते-बलुतेही त्यात सोंगे वगैरे आणून त्यांना साथ देत असतात. बाकीचा समाज हा रसिक प्रेक्षक असतो. गावातील सर्वांच्याच घरी ते प्रसंगविशेषी नाचतात. शिमग्यात ते घरोघरी पंधरा-वीस मिनिटे नाचतात. त्यात राधा, संकासूर, कुचेवाला वगैरे असतात. त्यांना 'फिरते खेळे' म्हणतात. आजूबाजूच्या गावात जातात.

खेळ्यांची लिखित अशी संहिता नसते. गाणी, म्हणणी, संवाद, सगळे काही मौखिक असते. सहज सुलभतेमुळे ती आपोआप मुखोद्गत होत जातात. गतकाळातील चालीरिती, आचार-विचार, पोशाख, संस्कृती आज प्रत्यक्षात बदललेली दिसत असली, तरी फारसे बिघडत नाही. म्हणणीनुसार नृत्य-नाच, हावभाव इत्यादी पाहतो, ऐकतो तेच मोठे रंजक असते. त्यापुढे कथाकथन, आशय, विषय, भाषा यांकडे विशेष लक्ष न जाता त्यातून उत्पन्न होणाऱ्या सूर, ताल, नादानेच भारावून जायला होते. निसर्गातून वारा, पाऊस, पाणी, ओढे, नदी-नाले, प्रवाह यांतून उत्पन्न होणारे आवाज यात माणसाने आपला सूर, ताल जुळवला. त्यातून नाच, गाणी आपोआप उत्पन्न झाली. माणसाच्या रंजन करून घेण्याच्या प्रवृत्तीतून जे काही उत्पन्न होत गेले, तीच 'लोककला' होय. कलेतून मिळणारा जो लोकविलक्षण आनंद असतो, तो परमेश्वरसदृश्य होय. हा एक आगळावेगळा अननुभूत साक्षात्कार म्हणावयाचा! कला ही ईश्वराशी सान्निध्य असली पाहिजे! लहान-थोरांपर्यंत सर्वच त्यात रंगून जातात. परिसरांत खेळ्यांचा दिवस चैतन्य घेऊनच उगवत असतो.

पावसाळ्यांनंतर कष्टाची कामे कमी होतात. वातावरण खेळे नाचवण्यासाठी अनुकूल होते. अशा वेळी कुणाकडे काही कार्यानिमित्त खेळे नाचवायचे झाल्यास, आधी ग्रामदेवतेच्या देवळात मृदुंगाची थाप पडल्याशिवाय इतरत्र खेळे नाचत नाहीत. ग्रामदेवतांना प्रार्थना करून मगच खेळे इतरत्र नाचावयास जातात.

घरी खेळे नाचताना यजमान, गणपती, मावशी, रणवेल, रावण व वन्य श्वापदे या सोंगांना मानाचा नारळ देतात. शेवटी गावकऱ्यांच्या हाती खेळ्यांना ऐच्छिक बिदागीसह आरत दिली जाते. गावकर घरच्या दिशेला, तसेच दिशादेवतांना अक्षता अर्पण करतो. आरत ओवाळताना एकूण गावकरी मृदुंगे, खेळे यांना मानाप्रमाणे

कुंकुम तिलक लावतो. मंडळीनाही कुंकुम तिलक लावतो. खेळ्यांचे चालूच असते ;

गणोबा देवा, तू माझा सारथी, दो हाती आरती ववाळूऽऽऽ

दो हाती आरती ववाळू यो।

कुमजाय बाय गऽऽ तू माझी सारथी,

दो हाती आरती ववाळू योऽऽ, दो हाती आरती ववाळू येओ।

काळकाय बाय गऽऽ तू माजी सारथी,

दो हाती आरती ववाळू योऽऽ, दो हाती आरती ववाळू येओ ॥

अशा प्रकारे इष्टदेवतांना आरती ओवाळून झाल्यावर प्रेक्षक मंडळींना उदेशून,

बैसले सभेला राम राम केला होऽऽ

बैसले सभेला राम राम केला

असे म्हणतात व प्रत्यक्ष हात जोडून मंडळींना 'राम राम' करतात. अशा प्रकारे रात्रभर चाललेले खेळे विसावतात. मांडवातच झगे वगैरे पोशाख काढतात व खोबऱ्याचा प्रसाद वाटतात.

– गोविंद अनंत कुळकर्णी

खेळे – आणखी सांगावे असे

'खेळे' म्हणजे दशावतार नव्हे. ललित, भारूडपण नव्हे. 'यक्षगान' सदृश्य असले, तरी ते 'यक्षगान' नव्हेत. गोंधळ, तमाशा, रामलीला यांच्यापासूनही ते वेगळे आहेत. ते वैष्णव, शैव अथवा आणखी कुण्या विशिष्ट पंथाचे, संप्रदायाचे नव्हेत. ते सर्व लोककलांकडून चांगल्या गोष्टी घेऊन आत्मसात करून स्वतंत्र बाजाचे लोकनृत्य बनलेले आहे. ते सर्वांचेच सर्वांसाठी आहेत. अजून तरी खेळ्यांची विशिष्ट निवडक कलावंतांना घेऊन मंडळे निर्माण झालेली नाहीत. खेळ्यांत सुरुवातीला 'नमने' म्हणतात. म्हणून काही लोक त्याला 'नमन' म्हणतात. 'नमन मंडळ' हे नाव घेऊन आजकाल काही गावांतून खेळ्यांची 'नमन मंडळे' झाली आहेत; पण 'खेळे ते खेळेच!' खेळ्यांना 'खेळिये', 'खेळे' असे म्हणणेच आम्हाला भावते.

गावात आजूबाजूच्या वाडीतील कोणी माणूस घरी आला, तर प्रेमापोटी म्हणतो, 'यंदा या मंडपी खेळे नाचलेच पाहिजे!' अशी आग्रही इच्छा प्रकट करतो. आपणही मग 'आपल्याकडे खेळे नाचायला हवेत' असे म्हणतो. हे लिहिण्याचा अर्थ, खेळे नाचतात, खेळ्यांमधली सोंगे नाचतात. म्हणून खेळे म्हणजे नुसती गाणी नव्हेत, नुसती सोंगे नव्हेत, की नुसता नाच नव्हेच. खेळे म्हणणींवर नाचतात. म्हणणींच्या तालासुरांवर काही सोंगे गाणी म्हणत खेळ्यांपुढे येतात. म्हणणी हे खेळ्यांचे अविभक्त अंग आहे. एकदा का म्हणणी बाद झाली, की मग खेळ्यांनी रांगेत उभे राहून नाचण्याचे प्रयोजनच उरत नाही. खेळे म्हणजे एक प्रकारचा हलताझुलता लोकविलक्षण पडदाच जसा! असे म्हणण्यातले कवतिक राहणार नाही. समाजात सर्वच जण सोंगे आणणारे कलावंत नसतात. म्हातारेकोतारे सर्वसामान्य असे लोक खेळे म्हणून उभे राहून नाचतात. सहभागी होतात. सर्वांमध्ये सामावून जाण्यात एक आगळावेगळा आनंद असतो. तो सर्वांना मिळतो. सोंगामागे उभे असलेले खेळे, त्यांचे सोंगाड्यांशी बोलणे, चालणे, हावभाव, देहबोली त्यांच्याशी एकरूप होणे, हे पडदा असल्यावर दिसणार नाही. गवळणींसारख्या सोंगात पाठीमागे साथ द्यायला असलेली, चालत्याबोलत्या समरस होणाऱ्या खेळ्यांच्या रूपाने असलेली पार्श्वभूमी

असणार नाही. पडद्यापुढे येणारी ही सोंगे किरटी (रोडकी) सुटी-सुटी नुसती कल्पना केली, तरी कोरडी वाटतात. त्यांच्यात कमतरता जाणवते. एखाद्या सोंगातल्या गाण्यांना पाठीकडे कोरसमध्ये साथ देण्याला कुणीच नसणार. बाजूला कोपऱ्यात बसलेले संगीत साथ देणारे असले, तरी समोर दिसत नाहीत. गायक सोंगाड्या एकटाच एखाद्या गाण्याची ओळ म्हणतो आणि मागे जातो. यात काही गंमत वाटत नाही. सोंगांमधील टवटवीतपणा अजिबात जाणवत नाही. काहीतरी कमतरता जाणवते. नाटकासारखे स्टेज, पडदे, नेपथ्य आदी गोष्टी खेळ्यांत आल्यावर मग खेळे व नाटक यांत फरक तो काय राहणार ? आणि खेळ्यांचे वैशिष्ट्य ते काय राहणार ?

एकेकाळी खेळ्यांत -

हिंडत धुंडत नार आली, माळ्याच्या मळ्या हो,

माळ्याच्या मळ्या हो ।

माळ्याच्या मुली सखे बाय, टोइंग टोइंग वाजीव हो ।

टोइंग टोइंग वाजीव हो ।

पंढरीला जाया मला, हौस आले मनी हो ।

हौस आले मनी हो ।

विठोबाला भेटायाला, हौस आले मनी हो ।

हौस आले मनी हो ।

या अशा म्हणणींच्या तालावर मृदुंगे, राधा, संकासूर, कुचेवाला खेळ्यांपुढे फेर धरून नाचायचे. त्या तालासुरावर कुचेवाला स्वत:भोवती गिरक्या घेत झग्याचा घेरा असा काही पसरवायचा की बस्स! बघत राहावे. जसा काही मोरच पिसारा पसरवत नाचतो आहे. 'आधी गणानंतर देवी सरस्वतीसही - शारदेस - नमन असते!' या मोरपिसाऱ्याच्या रूपाने सरस्वतीच मंडपी अवतरली आहे असे वाटावे.

खेळ्यांत मुखवट्यांचे फार महत्त्व आहे. नव्हे, नव्हे! मुखवटे हेही एक खेळ्यांचे महत्त्वाचे अंग आहे. मुखवट्यांवर व्यक्त होणारे हावभाव - भावावस्था हे रसिकांच्या मनातील अव्यक्ताचे व्यक्तरूप असते. मुखवटा एक प्रतीक दर्शन असते. तो ज्या कुणाचा असतो, त्या व्यक्तीचे जीवनचरित्र लोकांच्यापुढे उलगडते. त्या व्यक्तीत गुंतलेल्या आपल्या भावभावना, श्रद्धा, भक्ती, प्रेरणा, स्फूर्ती, जवळीकता, सगळ्या सगळ्या भाववृत्ती तरारून उठतात.

आपल्याचपण आपल्याहून (व्यावहारिक जगापासून) भिन्न अशा जगात, त्यांचे दर्शन आपल्याला नेऊन सोडते. मुखवटा घालून सोंग आणणाराही माना अशा काही वेळावतो, चेहरा असा काही खालीवर इकडेतिकडे फिरवतो, वेगवेगळ्या अँगलने -

नटव्यासह संकासूर

दिशादर्शक कोन करून - समोरच्याकडे, मग तो खेळा, समोरचा साथीदार सोंगाड्या किंवा प्रेक्षकांतीलही कोणी एखादा असो, त्याची मुद्रा अशी भावना की बस्स! त्याला जे पोचवायचे असते ते पोहोचते, भिडते, ठसते! ते पाहण्यात मजा असते! आनंद असतो. खेळ्यांचे पायघोळ झगे, अंगावरील आवरणे, आभूषणे, दागदागिने, अलंकार, घुंगूर आणि सोंगाचे मुखवटेही, सगळे सगळे आताशा कमीकमी होत चालले आहे! सगळेच काही 'जुने ते सोने!' असे म्हणता येत नाही. खरेय की, काळ बदलतो आहे. विज्ञान, तंत्रज्ञान प्रगत होत आहे, बदलत आहे. पाणी, वीज, रस्ते, रेल्वे वगैरे दळणवळणाच्या सोयीसुविधा वाढल्या आहेत. टीव्ही, मोबाईल्स, कॉम्प्युटर्ससारख्या वस्तू सहज हाताशी आहेत. जग जवळजवळ येत चालले आहे. त्यामुळे सामाजिक परिस्थिती सुधारत आहे. माणसाचे राहणीमान बदलत आहे. जागतिक पातळीवर सांस्कृतिक आदानप्रदानामुळे सांस्कृतिक अभिरूची बदलत आहे. सर्वांनाच काहीतरी वेगळे, नवीन हवे असते. कलावंतांनाही आपली कला वेगळ्या नव्या स्वरूपात दाखवावी असे वाटत असते. काही तरी नवे, काहीतरी आपले स्वत:चे असे, नवीन घडवायला हवे असे वाटत असते. मनात काहीतरी शिजत असते; ते दाटत येते; पण म्हणून जुने जे काही संचित आपल्याशी आहे, तेही नजरेआड करता येत नाही. म्हणणी म्हणणारे आणि समजणारे कमीकमी होत चालले आहेत. अशा परिस्थितीत जुनी सोंगे तरी कशी आणणार?

शाबूत असलेले मुखवटे दाखवणे व काळाच्या कसोटीवर टिकली आहेत ती

सोंगे दाखवणे एवढेच हातात असते. ते पुढे आणण्याचा खेळ्यांचा प्रयत्न असतो. जुनाट कालबाह्य गोष्टी आपोआपच जाणार आहेत; पण जीवनाचे सातत्य पाहता, जे काही शाश्वत आहे, ते माणसाच्या भावभावना, माणसाला माणूस म्हणून जोडून असण्यातली मनोवृत्ती कायमच राहणार आहे. आपल्या समोरचे आदर्श, ध्येय, श्रद्धा, भक्तिभाव इत्यादी कायमच असणार आहेत.

पुराणे, इतिहास आणि प्रचलित समाजातील माणसे, त्यांचे भावविश्व आजही ताजे टवटवीत आहे. सोंगांसाठी हवे असलेले हे धन, ही सामुग्री - हे भांडार - कायमच राहणार आहे. माणसामाणसांतली मग ती आताची असोत वा प्राचीनातली प्राचीन असोत, त्यांच्याशी नाते असण्यातली अन् ते सांगण्यातली उबळ, उत्साह जोपर्यंत कायम आहे; तोपर्यंत या खाणीतली रत्ने सोंग रूपाने दाखविण्याची आपली धडपड कायमच राहणारी आहे. कलावंतांचा आहे त्या स्थितीत, आणता येतील ती, तेवढी सोंगे आणण्याचा प्रयत्न असतो; पण आज शिक्षण, नोकरी, व्यवसायानिमित्ताने गावकरी विखुरलेले आहेत. शहरीकरणाने खेड्यांचे आकर्षण कमी होते आहे, तर तेथील लोककलांचे काय? खेळ्यांनी चार-पाच तास उभे राहणे खेळ्यांना जमत नाही आणि तितका वेळ भारतीय बैठकीवर ठिय्या देऊन खेळे बघत बसून राहणे प्रेक्षकांना जमत नाही. स्टॅमिना कमी झालेला आहे. या सगळ्या पार्श्वभूमीवर लोकांना आवडेल असे मोजक्या वेळात दाखवणे कसरतीचे झाले आहे. अशा स्थितीत पडद्यांचा वापर आपोआपच होत आहे. खेळ्यांचे वेगळे काहीतरी वग-नाट्यासारखे प्रयोग करून दाखवावेत व लोकांची करमणूक करावी आणि सांस्कृतिक भूक भागवावी असे कलावंतांना वाटणे स्वाभाविक आहे.

नव्याने विचार केला, तर खेळ्यांमध्ये स्त्री पात्रांच्या भूमिका मुलींनी करावयास हरकत नसावी. बदल हा जीवनाचा भाग आहे, तसा तो लोककलांचा आहे. फक्त त्या-त्या कलेची विशिष्टता राहावी. तरीही पायघोळ झगे घातलेले, विविध अलंकारांनी नटलेले, सजलेले, पारंपरिक खेळे, लोककलेचा हा प्रकार आमच्यासाठी अजोड आहे. आमच्या मनात ठसलेल्या या खेळ्यांच्या प्रतिमेला आमचा मनापासून नमस्कार! राम राम!

हे लिखाण, पुराणे, उपनिषदे, संस्कृती कोश, संत वाङ्मय, वृत्तपत्रे, नियतकालिके इत्यादी वाङ्मयावर आधारित आहे. तसे ते ग्रामस्थ, खेळे या सर्वांशी झालेल्या संवादांवर आधारित आहे. कुणी काही माहिती, फोटो पुरवल्याबद्दल, तसेच हस्ते-परहस्ते ज्यांची म्हणून मदत झाली, त्या सर्वांना 'नमन' करून त्यांचे ऋण मानतो.

***

खेळ्यांचा आकृतिबंध

पारंपरिक खेळ्यांचे दृश्यरूप - आकृतिबंध - पाहिले, तर असे दिसते, की पहिल्या नमनापासून ते गवळणी, कृष्ण आणि कंस वधापर्यंतचा पूर्वार्ध, ज्यात बदल होत नसतो. यानंतर उत्तरार्धात पौराणिक, देवादिकांची, राक्षसांची, वन्य प्राण्यांची आणि सामाजिक, ऐतिहासिक घटनांवर आधारित 'सोंगे' आणली जातात. राक्षस म्हटल्यावर, राक्षसांचा अधिपती रावण आणायलाच हवा, लोकांना रावणाचे सोंग आवडते, रावणाबरोबर रामायण आलेच. खेळ्यांत रावणाचे सोंग शेवटी येते. प्रश्न असा पडतो, खेळ्यांत रामाआधी कृष्ण कसा? उत्तर असे संभवते, की खेळे ही लोककला ललिताला जवळची आहे. ललितांत तर कृष्णाच्या लीला, कृष्णगवळणींचे संवाद यांना महत्त्व आहे. महाराष्ट्रातील बहुतेक लोककला या गणगौळण, कृष्णलीला यांनाच प्राधान्य देतात, कीर्तन, ललित, राधाना आट, तमाशा आदी लोककलांत कृष्ण गवळणीच दाखवतात.

आणखी एक कारण म्हणजे त्या त्या प्रादेशिक भागाचे काही वैशिष्ट्य असते. त्यानुसार लोकांची मागणी असते. महाराष्ट्रात महानुभाव पंथीय आणि संत वाङ्मयीन परंपरेतही प्रामुख्याने कृष्णभक्ती आहे. त्यामुळे इतर लोककलांबरोबर खेळ्यांतही कृष्णलीला आली. देवांचे खेळे म्हणून गावकीच्या देवळात जेव्हा खेळे होतात, तेव्हा कृष्णगवळणीचे सोंग आले, की खेळे आटोपते घेतात. इतरत्रसुद्धा रावण दरवेळी आणला जातोच असे नाही. रावणाची दहा तोंडे आणि वीस हात असे त्याचे लोकविलक्षण रूप, त्यात त्याचा भारदस्त रुबाब, असा रावण पाहण्यास आबालवृद्ध उत्सुक असतात. लोकांना रावणाचे सोंग यायला हवे असते. सोंगाड्यांनाही रावण आणण्याची हौस असते, म्हणून तर खेळ्यांत रावण आणतात. रावण येऊ लागला, तसे त्राटिका, शूर्पणखा याही येऊ लागल्या. यानंतर कालौघात रामायण खेळ्यांना जोडले गेले. ललिताप्रमाणे खेळ्यांत रावण खेळ्यांच्या शेवटी थोड्या अंतरावरून ताशे वाजंत्र्यांवर गर्जत नाचत-गाजत लव्या-जम्यानिशी येतो. तलवार फिरवत नर्तन करत येतो, तो त्याचा थाट खेळ्यांच्या मनोरंजनाचा कळस असतो. यातच वरील प्रश्नाचे उत्तर आले.

***

खेळे (नमन)

श्री गणेशाय नमः। श्री सोमेश्वराय नमः। श्री कुमजाई प्रसन्न।

(खेळे सामूहिक संघगीताने सुरू)
हादि गन्ना नमू या, हो हादि गन्ना नमू या।
नमू या शारदा हो, नमू या शारदा।
अन् पाताळी शेषाला हो, पाताळी शेषाला॥
चवथं नम्मन हो, चवथं नम्मन।
चांद हो सूर्याला हो, चांद हो सूर्याला॥
पाचवं नम्मन हो, पाचवं नम्मन।
पांचा हो पांडवा हो, पांचीव हो पांडवा॥
सहावं नम्मन हो, सहावं नम्मन।
गांवीच्या देवींना हो, गांवीच्या देवतांना॥
(ताल बदल)
सातवं नम्मन हो, सातवं नम्मन।
सप्त हो ऋषींना हो, सप्त ऋषींना॥
आठवं नम्मन हो, आठवं नम्मन।
आठ कुळी भैरंबा, हो आठ कुळी भैरंबा॥
नववं नम्मन हो, नववं नम्मन।
धरतरे मातेला हो, धरतरे मातेला॥
आणि दरिया सागरा हो, दरिया सागरा॥
दहावं नम्मन हो, दहावं नम्मन।
दशा हो रावणा हो, दशमुखी रावणा॥
अकरावं नम्मन हो, अकरावं नम्मन।
हिया रे हनुमंता रे, हिया रे हनुमंता॥

बारावं नम्मन हो, बारावं नम्मन।
बारा हो कुंडांना हो, बारा हो कुंडांना॥
समस्त देवांना हो, समस्त देवांना॥
तेरावं नम्मन हो, तेरावं नम्मन।
मंडपाच्या दीपकाला हो, मंडपाच्या दीपकाला॥
चवदावं नम्मन हो, चवदावं नम्मन।
वाजिवत्या मुरदुंग्या हो, वाजिवत्या मुरदुंग्या॥
नाचत्या खेळ्यांना हो, खेळत्या गड्याला।
आणि बैसले सभेला हो, बैसले सभेला॥
(चाल बदल)
(शंकासूर, दोन राधा व कुचेवाला खेळ्यांमागून खेळ्यांच्या गाण्याच्या तालावर
    नाचत पुढे येतात व नाचत राहतात.)

गाणं :   अरे आरवा देखून पारवा देखून
        खेळता देखला ब्रह्मगुरू, खेळता देखला ब्रह्मगुरू'

खेळे :   'अरे, गुणात गोविंदऽऽ, सखये रणात म्हादेव सुमरावा
        रणात म्हादेव सुमरावा॥
        अरे, यायचा दिन बाऽऽ सोनियाचाऽऽ
        यायचा दिन बाऽऽ सोनियाचाऽऽ
        पाऊस पडेल भर मोतियाचा,
        पाऊस पडेल भर मोतियाचा,
        अवो,
        मोत्यां हो ओविता मोत्यां हो ओविता
        हेदवीच्या एकनाथा, हेदवीच्या एकनाथा।

(चाल)   अरे, नाच रे नगरदेवा नगरामधी
        नाच रे नगरदेवा नगरामधी॥

(चाल)   अरे येद-वेद चोरा सक्यासुरा
        येद चोरा शंकासुरा
        कुठे न्हेशी पाताळी, कुठे न्हेशी पाताळी?
        मच्छ देवाने मेळवियले, मच्छ देवाने मेळवियले।

(चाल)   अरे, नाच रे नगरदेवा नगरामधी
        नाच रे नगरदेवा नगरामधी॥

(एवढ्यात खेळ्यांमागून दोन इसम रंगीत डिझाईनचा पडदा घेऊन येतात
व ते तो खेळ्यांपुढे ताणून धरून दोन टोकांना उभे राहतात. दरम्यान
शंकासूर वगैरे खेळ्यांमागे जातात. पडद्याआड गणपतीचा मुखवटा
घालून पडद्यावर नाचण्याच्या तयारीत सोंगाड्या तयार होतो. खेळ्यांचे
गाणे व गणपती जन्मकथा कथन सुरू होते.)

खेळे :   एक पृथिंबी भवंतां, एक पृथिंबि भवंतां। (भोवती)

सात दरयांचा वळसा, सात दरयांचा वळसा।

वर चांद होऽऽ सूरय, वर चांद हो सूरय।

आले आले हो, कळसा आले, आले हो कळसा॥

ओऽऽ री - (गणपतीची जन्मकथा कथन सुरू)

ईश्वर देव गेले बारा वर्षांच्या तपाला तपाला।

पार्वती नार मंदिराऽऽ येकली येकली।

बोलविल्या नंगरच्या नारी नारी।

पार्वती नार बैसली न्हायाला न्हायाला।

न्हाऊन माखून अंगीचा मळ कसा काढला होऽऽ॥

मळाचे केले कसे ल्याप ल्याप ल्याप (लेप)

त्याचे कसे घडिले धड धड।

घडिले कसे हात पाय पाय।

घडिले त्याचे डोके, डोळे, कान।

जोडून ते धडाला घडिले बाळ बाळ।

अमृत शिंपडून बाळ साजीवन कसा केला होऽऽ॥

तिनवे दिवशी बाळाची तिकोंडी तिकोंडी।

पाचवे दिशी पाचवी पूजन पूजन।

सहावे दिवशी षष्ठी पूजन पूजन।

बारावे दिवशी बारसं कसं मांडलं होऽऽ॥

ब्रह्माच्या पुतरा नारदा नारदा।

काढाव्या पोथिका पोथिका पोथिका।

वाचाव्या ज्योतिका ज्योतिका ज्योतिका।

बाळाचं नाव ठेवलं कसं गणाया होऽऽ॥

बाळ वाढे दिशी दिशी माशी।

बाळ वाढे दिव्याच्या ज्योती ज्योती।

बाळ लागला खेलाया रांगाया रांगाया।

बाळ ठेवला उगवत्या दरवाजा राखण्या होऽऽ॥
ईश्वर देवांची आली स्वारी स्वारी।
अरे, कवणाच्या कवणा कवणा (कुणाचा कोण)
सांगावे नाव गिन्यान गिन्यान॥
पार्वती नार माझी माता माता।
ईश्वर देव माझा पिता पिता।
ईश्वर देव मनी कोपले कोपले।
दोघांचं लागलं योद्ध योद्ध।
गणा काय टळेना ईश्वरा ईश्वरा।
ईश्वर देव क्षणी झाले ऋुद्ध ऋुद्ध।
काढिला कमरेचा खंजीर खंजीर।
मारिला गणाच्या गल स्थानी स्थानी।
बाळ पडला धरणी वरी वरी।
शिर गेलं अय्या गमानी गमानी।
खबर पडली पार्वती नारीला नारीला।
पार्वती नार आली धावून धावून।
अरे अरे पाप्या, चांडाळा चांडाळा।
माझा बाळ कैसारे वधिला वधिला।
बाळ नव्हता पापा कर्माचा कर्माचा।
बाळ आंगीच्या मळीचा होऽऽ॥
ईश्वर देव मनी शरमले शरमले।
गेले गणाचे शीर धुंडाया धुंडाया।
शिराचा नाही कोठे ठाव ठाव।
वेशी दारी होता कुंजर कुंजर।
कुंजराचे शीर छेदिले छेदिले।
आणून गणाच्या रुंडाला जोडिले जोडिले।
अमृत शिंपून साजीवन कसा केला होऽऽ॥
(पडदेवाले पडदा कमरेइतका खाली घेतात. त्यावर गणपती आपल्या
सोंडेसकट (मुखवटा) शीर सावरून धरून खेळ्यांच्या गाण्यावर विशिष्ट
हालचाली करत झुलत राहतो. नाचतो. पडदेवाले पाहिजे तसा पडदा
दोन्ही बाजूंनी खेचत राहतात.)

खेळे :   शिरा रुंडाची भेट झाली होऽऽ

शिरा रुंडाची भेट झाली।

अरे, गणदेवा ये रे रंगमाली ये।

अरे, यापल्याचा पायचा नाचा निघाला

खेळाया निघाला॥

अरे, नम्मन गणपती सोंड रे

अरे, पारबती गणपती सोंड रे

अरे, शिगबन मिरवी (झुलवी)

कटेवरी कटेवरी

नागफणी डुलती दोंदावरी

अरे, गणपती नाम सोंड रे

गणपती नाम सोंड रे

अरे, नम्मन गणपती सोंड रे

अरे, यापल्याच पायचा नाचा निघाला

खेळा निघाला

अरे, नम्मन गणपती सोंड रे।

अरे, पारबती गणपती सोंड रे॥

(गणपती डुलतडुलत असतानाच पडदा वर घेत असताना मागेमागे खेळ्यांमागे जातो. पडदेवालेही जातात. खेळ्यांची म्हणणी सुरू होते. मागून शंकासूर, राधा, कुचेवाला येतात व नाचू लागतात.)

खेळे :   हो नामू गणराजा, हो नामू गणराजा।

अरे, हेदवीच्या एकनाथा।

हेदवीच्या एकनाथा

अरे, दोंदी मिरवला नागबंध

दोंदी मिरवला नागबंध॥

एक गण चतुरा एक गण चतुरा।

धरतीच्या एकनाथा धरतीच्या एकनाथा।

अरे, ढुंडी मिरवू दे राजभवना।

ढुंडी मिरवू दे राजभवना॥

(खेळ्यांमागून नटव्याचे सोंग येण्यापूर्वी 'ओऽऽऽ' असा आवाज देते. तेव्हा राधा, कुचेवाला मागे जातात. शंकासूर नटव्यांबरोबर नाचण्यासाठी

थांबतो. वाकडे तोंड असलेला मुखवटाधारक नटवा गाणे म्हणत, नाचत प्रवेशतो. हातात खुळखुळ्यांची काठी असते. धोतर, शर्ट, कोट, गळ्यात उपरणे असा वेश असतो.)

अरे, गणपती आले नाचून गेले

नटवा रे बाऽऽ रंगमाली ये ओऽऽ

नटवा रे बाऽऽ रंगमाली ये ओऽऽ

(खेळे त्याच्यानंतर सामूहिकपणे म्हणत मृदुंगाच्या तालावर टाळ वाजवत रंगात येतात. उभ्या उभ्याच डुलत राहतात. वाजप नाच उच्चांक गाठत असतानाच नटवा काठी ठोकत उभा राहतो. थांबतो. शंकासूर कोण्या मुलाला वेठी मारून कुक् आवाज करून निघून जातो.)

गावकर खेळा (याला धारकरही म्हणतात) विचारपूस करतो.

गावकर : अहो महाराज, आपण आलात काय, नाचत काय राहिलात? आपण कोण, कुठले सांगाल की नाही? (कोठून आलात? कशासाठी? सांगाल की नाय? असेही चालेल.)

नटवा : (स्वत:कडे बोट दाखवून)

अरे गावकरा, (या पुरुषाला नटवा म्हणतात.)

अहो, बहोत दिशी बहोत वर्षीं या मंडपी

मुरदुंग्याचा नि आमचा मोठा

ताल पडून (जमून) गेला।

गावकर : (याच बोलण्याची री ओढत)

अहो बहोत दिवशी, बहोत वर्षीं

या मंडपी मुरदुंग्याचा नि तुमचा

मोठा ताल पडून गेला म्हणतां?

नटवा : (काठी ठोकत) हो, हो! म्हणजे काय!

अगदी ताल पडून गेला म्हणा.

(नटवा आणि खेळे परत तेच पालुपद...)

खेळे आणि

नटवा : *अहो गणपती आले नाचून गेले*

नटवा रे बा रंगमाली ये ओऽऽ

नटवा रे बा रंगमाली यो॥

गावकर : (नाच रंगात येतो. रंगात येतो येतो आणि...) अहो, नटवे महाराज.

नटवा : (उत्तेजित होऊन) हां, हां, बोल बोल.

गांवकर : अहो, ऐकलंत काय? अहो गणपती, गजानन (नटवा - हां हां...) तुमच्या आधी (चिडवण्याच्या सुरात) तुमच्या आधी आले! आलेऽऽ नाचलेऽऽ

नटवा : (आश्चर्यने) ऑ?

गांवकर : अहो, तेऽऽ आपला मान ठान घेऊन गेले, बिदागी घेऊन गेलेसुद्धा...

नटवा : (उसळून) अरे गावकरा, असं म्हणतोस! अरे, त्या गणापोराला दोंद मोठं, सोंड मोठी, म्हणून तो कोण लागून गेला रे? अरे, नटव्याची खबर फुणगुसेत पायरवली, तर तो गणापोर पोचरेस पळाला, म्हणून समजायचं!

गांवकर : अहो, तुम्ही आल्याची वार्ता फुणगूसला लागल्याचं कळलं म्हणजे तो गणापोर पोचयेस गेला, पळला म्हणून समजायचं?

नटवा : (खूश होऊन) हां हां, आता कसं?
(काठी आपटत गाणे सुरू होते.)
अहो गणपती आले, नाचून गेले।
नटवा रे बा रंगमाली योऽऽ (खेळ्यांची साथ)

नटवा : (काठी ठोकत) अरे, त्या गणापोराला यजमानांनी चार आणे दक्षणा दिली, तर त्यांनी या नटव्याला सव्वा रुपया दक्षणा आधीच काढून ठेवली पाह्यजेल!

गांवकर : अहो, यजमानांनी गणपती गजाननाला चार आणे दक्षणा दिली, तर त्यांनी तुमच्यासाठी सव्वा रुपया दक्षणा आधीच काढून ठेवली पाह्यजे. असंच ना?

नटवा : हां, हां. अगदी बरोबर. आता कसं! अगदी अस्सं. कळलं? (खुशीने काठी ठोकतो.)

गांवकर : *अहो गणपती आले, नाचून गेले*
नटवा रेऽऽ बा रंगमाली ये ओ ॥

गांवकर : अहो, नटुवे महाराज.

नटवा : हां हां, बोल...

गांवकर : अहो, तो साडेसातातला म्हणजे काय हो?

नटवा : (उसळून) शिंदडीच्या, अर्धा कापून काढलास की काय?

गांवकर : अहो, मूढाची समजूत काढून दिली पाह्यजेल!

नटवा : ऐक तर. अरे ज्यास विद्या पुरी, ज्यांस काही संकल्प सोडता येतो, तो पुरा ब्राह्मण! अन् ज्यास विद्या अपुरी, ज्यांस संकल्पाच्या नावानं ओम् ना ठोम, तो साडे सातातला… समजलास?

गांवकर : (समजल्यासारखं करून) हां हां. म्हणजे ज्यास विद्या पुरी, ज्याला संकल्प सोडता येतो, तो पुरा ब्राह्मण आणि ज्यास विद्या पुरी नाही, संकल्प काही सोडता येत नाही, तो अर्धवट. म्हणजे साडे सातातला.

सगळे : अहो गणपती आले नाचून गेले

नटवा रे बाऽऽ रंगमाली योऽऽ॥

(मृदुंग व टाळ झांजांच्या तालावर नाचता नाचता मागे जातो.)

खेळे : (म्हणणी) अरे, गणबा सारखा नटवा रे, गणबा सारखा नटवा रे।

(शंकासूर वगैरे येतात) गणबा सारखा नटवा रे।

अरे, येता भला एक जाता भला

येता भला एक जाता भला।

अरे, खेळासी खेळ देव मेळविला

खेळासी खेळ देव मेळविला।

नवा घोडा देव खेळविला

नवा घोडा देव खेळविला।

(गाणे चाल बदलून)

अरे, हिंडत धुंडत नार गेली माळ्याच्या मळ्या हो,

माळ्याच्या मळ्या होऽऽ।

माळ्याच्या मुली सख्या बाय

टोईंग टोईंग वाजीव हो, टोईंग टोईंग वाजीव हो।

तुटले नवशा, हार मोत्या झाली सांज वेळा हो

झाली सांज वेळा हो।

मोतियां ओवितां सखेबाय झाली सांजवेळ हो, झाली सांजवेळ होऽऽ

ब्रह्मज्ञानी सभा मंडपी नाना सांगे येद हो,

नाना सांगे येद होऽऽ

खेळे : सावळे सुख हार ब्रह्म तुळशीचे बन हो,

तुळशीचे बन होऽऽ

पंढरीला जाया माला हौस आले मना हो,

हौस आले मना होऽऽ

अरे, विठोबाला भेटायाला हौस आले मना हो,
हौस आले मना होऽऽ
अरे, विठोबाला भेटायाला हौस आले मना हो,
हौस आले मना होऽऽ
(म्हणणी चालू असतानाच खेळ्यांमागे तुंबडीवाला ओऽऽ करून
ओरडतो. गाणे म्हणत, नाचत पुढे येतो. खेळे साथ देतात.)

तुंबडीवाला : तुंबडी भरून दे लाला तुंबडी भरून दे

खेळे : (सवाद्य) तुंबडी भरून दे लाला, तुंबडी भरून दे।

तुंबडीवाला : (लेहेंगा किंवा पँट घातलेला, अंगावर झब्बा, कमरेला वस्त्र बांधलेले,
डोक्याला मुंडासे, कपाळी टिळा आणि हातात डहाळ्या, त्या दोन्ही
बाजूंनी हालवत नाचत येतो. पुढे एक-एक घटना सांगतो.)
अरे, चार मिळले घाटी,
चार मिळलें घाटी खाती बाजरीकी रोटी
बाजरीके रोटीपर चटणी का गोळा
चटणी के गोळापर भंडारी मेला
भंडारी मेला त्याला चौघांनी नेला
चौघांनी पुरूनशानी माघारी आला
माघारी आला, अरे माघारी आला,
(जोरात) तुंबडी भरून दे।

खेळे : तुंबडी भरून दे, लाला तुंबडी भरून दे।

तुंबडीवाला : अहो, चार मिळाले सोनार
चार मिळाले सोनार तिथे बात नाही होणार
फुंकणी फुंकता जाय इकडे तिकडे वारा।
काम नाही होणार इथे काम नाही होणार।
तुंबडी भरून दे।

खेळे : तुंबडी भरून दे लाला तुंबडी भरून दे।

तुंबडीवाला : अरे, चार मिळले न्हावी
कराया घेती दाढी, लावी लावी पाणी
धोपट्यात बघी तर फलाटणंच नाही।

तुंबडीवाला : तुंबडी भरून दे।

खेळे : तुंबडी भर दे लाला तुंबडी भरून दे।

तुंबडीवाला : अहो, चार मिळाल्या बाया,

चार मिळाल्या बाया,

त्यांची बोलायची वटवट

चालायची लटपट, सगळीच खटपट

हटाया नाय तयार।

तुंबडी भरून दे लाला तुंबडी भरून दे।

खेळे : तुंबडी भरून दे लाला तुंबडी भरून दे।

तुंबडीवाला : (चाल बदलून, प्रेक्षकांकडे पाहत आर्जवी सुरात)

अहो, आया बाया मिळून माझे

लगीन करून द्या

म्हातारेकोतारे तुम्ही यजमानी व्हा,

पोरीबाळींनो तुम्ही करवल्या व्हा,

पोराबाळांनो तुम्ही टोकणे व्हा

आया बाया मिळून माझं लगीन करून द्या

(आठवल्यासारखं करून एकदम झटक्यात)

अर्रर्, कोल्हापूरची हळद,

कोल्हापूरची हळद तिथे नवरी झाली बाळंत

लग्नाला चला माझ्या, लग्नाला चला॥

लग्नाला चला माझ्या, लग्नाला चला॥

(गाणे म्हणता म्हणता खेळ्यांमागे जातो)

खेळे : अहो, येता भला एक जाता भला।

येता भला एक जाता भला।

अरे, यायरे जायरे राजभवना, यायरे जायरे राजभवना

अरे, खेळासी खेळ देव मेळविला

नवा घोडा देव खेळविला

येता भला एक जाता भला, येता भला एक जाता भला॥

(चाल बदल) चोळी बा टराकली जोबन बावश्यावरी।

(गावकर एकदा आणि खेळे एकदा म्हणतात.)

चोळी बा टराकली जोबन बावश्यावरी।

शिंपी बा बोलवा रांजणीच्या घरी॥

घागर उचाकली गुडघ्या माथ्यावरी॥

खेळ्यांसह मावशी

चोळी बा टराकली जोबन बावश्यावरी॥
(चाल बदल) त्यानं केली बाऽऽ रजाण शिवली
आंगीची खण चोळी होऽऽ
आंगीची खण चोळी हो।
नि बाळावल्या सुंदरा
नि मोत्या यंचाया लागल्या हो,
यंचाया लागल्या होऽऽ! (यंचाया - वेंचाया)
यंचिता कवळिता दिन काय
उगावला अंगणी हो। उगवला अंगणी हो॥
(मावशीच्या सोंगासाठी मागून आवाज येतो. खेळे थांबतात. मावशी
'सदाची मावशी आली लग्नाला, सदाची मावशी आली लग्नाला' गाणे
म्हणत, नाचत प्रवेशते. मावशी मुखवटा धारण केलेली. पिवळसर
गोरा रंग, पसरट मोठा चेहरा, काळे, कुळकुळीत केस नीट भांग पाडून
बसवलेले, कपाळावर मोठे ठसठशीत कुंकू असा मुखवटा घातलेली,
डोक्यावरून पदर घेतलेली, हातातला सोट्या ठोकीत, गाणे म्हणत,
नाचत येते.)

खेळे : सदाची मावशी आली लग्नाला, सदाची मावशी आली.

गांवकर : अग्ये मावशे, सदाच्या लग्नाला आलीस काय?

दुसरा खेळा : अग्ये मावशे, दोन-चार दिवस आधी यायचं होतं का नाय? (मावशी रागाने ओतरून बघते.)

गांवकर : अग्ये, हरकत नाय! लग्नाची पूजा नि खेळे यांना तरी आलीस.

मावशी : (इकडेतिकडे रागाने फेऱ्या मारत, चिडून बघत म्हणते) तुम्ही म्हणताय असं, माझी आठवण हाय काय रे कुणाला? विसरले सगळे मला! माझाच जीव व्हायला नाय, म्हणून आलो हो.

खेळा : मावशे, रागावू नकोस, अग, पत्रिका पोचली नसंल तुला.

गांवकर : यजमानांना विचार, हांक तऽऽ मार.

मावशी : नाय बाबा. मारतो हो हाक, वोऽऽऽ दत्तूकाका...
(ओऽऽ करून हाक देतात, पण त्यांना यायला वेळ लागतो. तशी 'वोऽऽऽ भिमाक्का, वोऽऽऽ भिमाक्का' अशा हाका मारते.)

भिमाक्का : (आतून) आले गोऽऽ मावशे.

गांवकर : मावशे, भिमाक्कांनी दिली हो दाद... आता तू दमून आलीयेस तर बस वायाशीशी.

खेळा : घाटी डोंगर घ्येवन आलीयेस, दमलीयेस. तू आपली दम खा कशी."

मावशी : व्हय रं बाबा, व्हय. वय झालं आता. मोठ्यांदीपण नाय वरडवत हो आलो! (काठी आडवी ठेवून तिथेच बसते.)

मावशी : गोऽऽ वच्छे, वोऽऽ सदा.

वच्छी : काय गोऽऽ मावशी! अगोऽऽ सदादादा तर समोरच नव्हे बसलेला?

मावशी : (डोळ्यांपुढे हात धरून, भुवयांवर पालथा टेकवून रोखून बघत) नदार कमी झाली आता. (सदाकडे) तू तरी हाक मारायचीस.

खेळा : अगो, लाजतो तो.

मावशी : आता लाजायला काय झालं? अरे न्हवरी कुठाय? (सदा आतल्या बाजूस मान वेळावतो.) न्हावंदे न्हावंदे. (दरवाजाकडे) वोऽऽ सूनबाई! (ती दारात येते नि मावशीला खाली बघून हात जोडते.) लाजू नक्को, ये. बस पुढं. आता माझं समाधान झालं हो, अग्ये वच्छे! दत्तूकाका कुठायत? (उठते आणि दरवाजापर्यंत बघायला जाते, तर समोर मोठे बल्ब. दिपल्यासारखे करून मागे मागे होते. परत पुढे जाते अन् नवलाने बघते; डोळ्यांवर हात धरून) अरे, हे काय चकाकते? काळोखी ना रे

आली डोळ्यांवर! गोळे झगझगीत.

गांवकर : अगो मावशी, ते ना लायटीचे बलब हायत. शंबर पावरचे. येक येक."

मावशी : तरीच ना रे दिपायला झालं. आम्हाला काय म्हायत, आम्ही आपली गावंढळ माणसं!

गांवकर : अग्ये, तुझ्याकडेपण येतील आता लाईट...

मावशी : (आश्चर्याने सुखावत) असं म्हणतोस बावा! (तेवढ्यात कुणीतरी डोक्यावर मागून काठी मारते. तेव्हा मावशी एकदम घाबरल्यासारखी, कावरीबावरी होऊन इकडेतिकडे धावत राहते.) काय रे बाऽऽ, एकदम काय पडलं माझ्या डोक्यावर?

दुसरा खेळा : अग्ये मावशी, आकाशातनं ना बमगोळे घेऊन इवानं फिरतायत, टाकला असंल कुणीतरी.

मावशी : मीच कुठं गावली बावा त्यांना?

गांवकर : कुणीतरी खोडी काढलीन तुझी.

मावशी : हिकडं आण त्याला. चावट कुठला!

मुरदुंग्या : घाबरलीस कशाला येवढी! धावत्येय नुसती इकडंतिकडं!

मावशी : अरे बावा, मेलो बिलो असतो तर.

भिमाक्का : (दरवाजातून) मावशी, काय नाय मरायचीस. तू आम्हाला यायला हवीयेस अशीच.

मावशी : आठवण ठेवाल तेव्हा ना?

भिमाक्का : म्हणजे काय मावशी? कायतरी गडबड झाली; पण अशी नाय होणार हो पुढं. राहा आता चार दिवस.

मावशी : यजमानीण तू दाद पुसाद घेतलीस, पावलो गोऽऽ पावला बायो!

खेळा : अग्ये मावशे, यजमानीण म्हणतेय तर राहा दोन दिवस.

मावशी : नाय बावा (निग्रहाने), मला जायला हवं, लग्नानिमित्त आला होऽऽ सगळे भेटलेत, समाधान पावलो. जातो बाबा.

मंडळीतून : कशाला जातेस मावशी. राहा अजून.

मावशी : बाबा, माझी वाट बघत असतील आता.

खेळा : वाट बघायला हाय कोण?

मावशी : बाबा, माझ्या पुश्या हायत, ढेकूण हायत, उंदीर, घुशी, किडे-मुंग्या किती म्हणून सांगू?

वच्छी : बास बास बास. मावशी समजलं. जायचंच आहे ना तुला... (मावशीला

प्रसाद देण्यासाठी पुढे होते. मावशीही पुढे होते.) हा प्रसाद घे नि ही
भेंटभोवर. (मावशी पुडा लगबगीने घेते अन् काखेखाली पदराआड
दडवते.)

खेळा : आता बघ कशी! (चेष्टेने) मावशे, द्ये तो इकडं पुडा. सांभाळतो मी.

मावशी : (अविश्वासाने) नको बुवा. (आणखीनच दडवायला बघते.) नको.
नको.

खेळा : आता नाय बघणार आमच्याकडं. पाठवणी झाली ना!

गांवकर : जातेसच म्हणतेस, पाठवणी झाली ना?

मावशी : होय बाबा. पाठवणी झाली. आता मी जाते. (गडबडल्यासारखी) वोऽऽ
दत्तूकाका.

मंडळीपैकी : मावशी, जातेसच तर गाणं म्हण एखादं.

मृदुंग्या : म्हण मावशी, म्हण बरी एखादं.

मावशी : (गांवकराकडे बघून) म्हणू काय?

गांवकर : म्हण एखादं. आता तुझी सुटका नाय.

मावशी : (सगळ्यांकडे बघून) म्हणतो हो बाबा, (माना वेळावत) आवाज
बसलाय, सांभाळून घ्या.
(काठी ठोकत ठोकत माना वेळावत म्हणते. खेळे साथ देतात)
आभाळ गडगडे आभाळ गडगडे मेघराजाचं !
पाऊस पडतो पाऊस पडतो मेघराजाचा।
दारी लाविली दारी लाविली शेवंती जाई।
फुले वेचिली फुले वेचिली माळी मामांनी।
माळ गुंफिली माळ गुंफिली शेवंती जाई।
माळ घातिली माळ घातिली कुमजाय देवीला।
आभाळ गडगडे आभाळ गडगडे मेघराजाचं।
पाऊस पडतो पाऊस पडतो मेघराजाचा।
ओवी गड ओवी।

गांवकर : इ्यॅक, झालं मावशी.

मावशी : (खुशीने मान डोलवत) बाबा, माझं कसलं घेऊन बसलात, तुम्ही
टाळ, मृदुंग, झांजा वाजवल्यात, साथ दिलीत म्हणून जमलं बाबा
(संकोचल्यासारखे करून).

गांवकर : जातेसच म्हणतेस?

(मावशी होकारार्थी मान हालवत म्हणते)

मावशी : दत्तूकाका, वो वच्छे, जातो गंऽऽ आता.

(आतून 'ये होऽऽ मावशी,' असा आवाज येतो.)

(मावशी काठीवर झुले देत, खेळे आणि मावशी एकदम गाणे म्हणतात.)

मावशी निघाली रेऽऽ मावशी निघाली.

येते बाय येतेऽऽ जाते बाय जाते.

मावशी निघाली रे मावशी निघाली.

(मावशी गाणे म्हणत म्हणतच खेळ्यांमागे जाते.)

खेळे : *येता भला एक जाता भला, येता भला एक जाता भला.*

तीर्थामध्ये तीर्थ काशी हो, तीर्थामध्ये तीर्थ काशी.

वरता(व्रत)मध्ये एकादशी हो, वरतामध्ये एकादशी.

पंढरपुरात विठोबा हो, पंढरपुरात विठोबा.

खेळे : *तीर्थामध्ये तीर्थ काशी हो, तीर्थामध्ये तीर्थ काशी॥*

(खेळ्यांमागून ओऽऽऽ करत स्त्री-पुरुष जोडी येते. कोणते तरी गाणे म्हणत नाचत, नाचत प्रवेशतात. खेळे साथ देतात. सोंगाड्यांनी गाण्याची एक ओळ म्हटली की, ती ओळ खेळे म्हणतात, असे गाणे संपेपर्यंत चालते. संपूर्ण खेळ्यात दोन-तीन वेळा अशा जोड्या येतात.)

पुरुष : *रुपकांता सुंदरी गंऽऽ कुठे बनुनी चाललली.*

स्त्री : *थाट केला बरम्याचा मला बरमऽऽ भेटले.*

पुरुष : *रुपकांता सुंदरी गंऽऽ कुठे बनुनी चाललली.*

स्त्री : *थाट केला विष्णूचा, मला विष्णू भेटले.*

पुरुष : *रुपकांता सुंदरी गऽऽ कुठे बनुनी चाललली.*

स्त्री : *थाट केला इंद्राचा मला इंद्र भेटले.*

(नाचत नाचत शेवटची गिरकी घेत मागे जातात. खेळ्यांची म्हणणी सुरू होतात.)

खेळे : *अहो, सातीव सखया मेळोनि हो*

सातीव सखया मेळोनि हो.

गेल्या यमुनेच्या तीरी होऽऽ

गेल्या यमुनेच्या तीरी.

अडवी कालीय यमुनेला होऽऽ

अडवी कालीय यमुनेला॥

आणि सातीव सखया मेळोनि होऽऽ
सातीव सखया मेळोनि।
गेल्या यमुनेच्या तीरी होऽऽ
गेल्या यमुनेच्या तीरी।

(चाल बदलून)

पार मध्याच्या रात्री राणीला
ताऽऽन होऽऽ लागली, ताऽऽन हो लागली।
घागर चिंबुळ घेउनी राधा
पाणिया चालली हो, पाणिया चालली।
पाणिया बाऽऽ वरी तो होता
गोकुळचा गोवळी हो गोकुळचा गोवळी।
अन् पार मध्याच्या रात्री राणीला
ताऽऽन हो लागली, ताऽऽन हो लागली॥
ओऽऽ (गवळणींचे सोंग - खेळ्यांमागे गवळणी गाणे म्हणतात. त्यांची
एक ओळ म्हणून झाली, की ती ओळ खेळे म्हणतात. असेच चालते.)

गवळणी : पहाट्याच्या पार रात्री हो पहाटेच्या पार रात्री।

कोंबडा बाऽऽजा बोले हो कोंबडा बाऽऽजा बोले।

नि गवळणी झाल्या जाग्या होऽऽ गवळणी झाल्या जाग्या।

त्यांनी अंगणी झाडिली हो अंगणी झाडिली।

त्यांनी दूधची काढिले होऽऽ दूधची काढिले।

गवळणी झाल्या जाग्या होऽऽ गवळणी झाल्या जाग्या।

त्यांनी दूधची काढिले हो, दूधची काढिले।

त्यांनी माठची भरिले हो, माठची भरिले।

त्या चालल्या मथुरेला हो, चालल्या मथुरेला।

राधा : (खेळ्यांमागून) अहो, उमजीबाई (सासूबाई), काय म्हणते मी, झाली
का आवराआवर ?

गवळण : झाली गोऽऽ बाई झाली. अगं शेजीबाई, झाला का म्हणते शृंगार ?

शेजीबाई : माझा कसला आलाय बायांनो, साजशृंगार मेला म्हातारीचा ?

तिसरी गवळण : काय गऽऽ मावशीबाई, तुमचं काय ?

मावशी : अग, माझं काय ? झाली की माझी तयारी.

दुसरी गवळण : चलायचं का गऽऽ मग ?

राधा : का गऽऽ बायांनो, आता आपण चाललो मथुरेच्या बाजाराला. झाल्या का ग सगळ्या तयार?

दुसरी गवळण : अग, आम्ही सगळ्या तयार आहोत. मावशीचंच अजून आटपतंय.

राधा : अग मावशे, काय गऽऽ अजून काय करतेयस?

मावशी : चला, चला. आलोच की मी.

राधा : (बाकीच्यांना) अग, घेतलंत का ग संगती सगळं दही, दूध, तूप?

गवळणी : हो हो. आम्ही निघालोच. मावशी येईल मागन.

राधा : चला तर मग... (गाणे म्हणत प्रवेशतात.)

अग, दिवस उगवला किती वर आला,

उशीर फार झाला गऽऽ।

चला गवळणी जाऊ चला गऽऽ

मथुरेच्या बाजाराला ग।

अग, सोळा शृंगार कितीक अलंकार

काय काय लेवून चला गऽऽ।

(एकदम) दिवस उगवला किती वर आला

उशीर फार झाला गऽऽ।

गवळणी : चला झटकन जाऊ, पटकन येऊ मथुरेच्या बाजारी.

एक गवळण : अग राधे, आपण सगळे आलो; पण मावशीबाई कुठंय? ती तर हवी.

राधा : अग, बोलवा की मग तिला.

गवळण : अग मावशे, आलीस काय ग? येऽऽग लवकर.

(मागून येत्ये म्हणत गाणे गात, नाचत येते.)

मावशी : (डोक्यावरून पदर घेतलेली) आला आला मावशीचा ग फेरा।

(मधेच थांबून) काय गऽऽ राधे, एवढा थाटमाट करून चाललाय बाजाराला, मग नेसली काय? घेतलं काय? सांगणार की नाय?

राधा : सांगते मावशी, नेसली बाई मी पैठणी साडी, कानात बुगडी, हातात पाटल्या, डोईवर दुधाच्या दुडीवर दुड्या.

मावशी : (दुसरीला) आणि तू ग बाये?

गवळण : नेसली जरतारी साडी, दंडावर वाकी, पायात साखळ्या, डोईवर दहीहंडी.

मावशी : व्हय बाय? वाहवाऽऽ वाहवा!

(तिसरीला) आणि एऽऽ भवान्ये, तू ग काय घेतलंस?

तिसरी गवळण : (चिडून) हे ग काय मावशे? भवानी काय म्हणते? आम्हाला काय नावबिव नाय काय?

मावशी : अग, माझं म्हातारीचं काय घेऊन बसलीस? चुकलो आसन मी. सांग बरी पटकन आता.

तिसरी गवळण : ऐका मग, मी घातली साडी चिटाची, डोईवर घागर दुधाची नि हातात बरणी तुपाची.

मावशी : (समाधानाने) वाऽऽ ग वाऽऽ पोरींनो, चला तर मग आता झटपट.

दुसरी : मावशी, वाऽऽ ग वाऽऽ, बरी आहेस तू? झटपट चला म्हणतेस? सगळ्यांना पुसलंस आणि तू ग काय घेतलंस? सांग की आता पटकन.

मावशी : माझं काय मेलं म्हातारीचं? माझंच झालं मोटलं, घेतलं लोण्याचं लोटलं! झालं समाधान?

तिसरी गवळण : वाऽऽ ग वाऽऽ मावशे, अशी बरी सुटशील? एवढा उशीर केला निघायला, तो कशाला ग? सांग की आता तुझा साजशृंगार.

मावशी : (डोक्यावरचा पदर नीटनेटका करत, मुरडत बोलू लागते) ऐका तर बायांनो, गळ्यातला सर मोत्याचा, हातात बांगड्या सोन्याच्या, कानात बुगड्या, नेसले धडुकं ठेवणीतलं नि डोईवर मडकं लोण्याचं.

राधा : मावशी, सगळ्यांचा साजशृंगार, तयारी अगदी व्यवस्थित हाय, मग आता उशीर ग कशाला?

मावशी : चला की आता बिगी बिगी.
(सगळ्या जणी गोल गोल फिरतात, गाणे म्हणतात.)
चला बाई झणा झणा।
गवळ्याचा कान्हा अडवील राना। अडवील राना।
चला बाई चला बाई।।

मावशी : झप झप झप झप (भरभर फिरतात.)
पोरींनो बेगी बेगी बेगी बेगी
(एवढ्यात पेंद्याचा मित्र आणि सुदामा गाणे म्हणत येतात. वेश कमरेला पंचावजा रुमाल, अंगात कोपरी, खांद्यावर घोंगडी, हातात काठी, डोईवरी वेडीवाकडी टोपी.)

सुदामा : *हरी, बघ गायी बुझाल्या वनी,*
पळाल्या नदीत जातील धाव।
उभारी शेपूट करोनि वरती,

कुणी टवकारी कान
तयांना धावत जा ना आण।
हरी, बघ गायी बुझाल्या...(गाणे थांबवून)
पण मी म्हणतो, या गायी अशा बुजावल्यायत तरी कशापाई?

जोडीदार : अरे, तो धुरळा बघ कसा उसळलाय.

सुदामा : अरे, पण गायींना झालंय तरी काय असं?

जोडीदार : अरे, त्या काय ब ब ब ब बऽऽ किती त्या गवळणी, चालल्यायत तरातरा.

सुदामा : अरे, हा सोळा सहस्र गवळणींचा तांडा चाललाय मथुरेच्या बाजाराला. आता आलं ध्यानात. (पुढे होऊन त्यांना थांबवत काठी ठोकीत, अडवत) अग ए बायांनो, चाललात कुठं?

(त्यांच्याकडे दुर्लक्ष करत गवळणी चालतच राहतात.)

मावशी : (लगबगीत) चला की ग बिगी बिगी.

(सुदामा तिंच्यापुढेच सोट्या ठोकत मोठ्याने)

सुदामा : (मावशीला अडवत) अग ए म्हातारे, चाललीस कुठं पुढं पुढं? थांब म्हणतो ना? थांब.

मावशी : (थांबून, गवळणी पण थांबतात.) अरे, तू रे कोण आम्हाला थांबवणारा? आणि थांबायचं का म्हणून?

सुदामा : या रस्त्यानं जायला परतिबंध हाय.

मावशी : का म्हणून? आम्ही चाललो मथुरेच्या बाजाराला.

सुदामा : अग, त्यासाठी हशिलदान द्यावं लागतं.

दुसरी गवळण : अग, तू काय त्या वाटसराला भाव देतीस! (सगळ्या परत चालायला लागतात.)

मावशी : (सुदामाला) अरे हट, आलाय मधी रस्ता अडवायला. चला गऽऽ बिगी बिगी. (पुन्हा चालू लागतात.)

सुदामा : पेंद्या पण कुठं तडमडलाय? या काय तशा ऐकणार नायत.

जोडीदार : त्या पेंद्यालाच आता बोलवायला हवाय.

सुदामा : अरे हो पेंद्या होऽऽ

पेंद्या : (आतून) अरे, का रे ओरडतोस? मी कामात हाय.

गांवकर : हा कसला आता कामात?

पेंद्या : अरे, आता काम कसलं काढलंयस?

जोडीदार : अरे, ते काम ठेव. हिकडं काय गडबड माजलीय बघ.

पेंद्या : अरे, मी देवपूजा करतोय.

सुदामा : अरे, गायी-गुरं बुजावल्यायत. लौकर ये.

पेंद्या : अरे थांब. आता आंघुळ करतोय.

खेळा : असा काय हा ? आधी पूजा मग आंघुळ ?

सुदामा : (उद्वेगून) उलटंच त्याचं सगळं ! अरे, लवकर ये पटापट !

पेंद्या : अरे, न्याहारी तरी करू दे.

सुदामा : अरे, हिकडं आमची धावाधाव नि तुला न्याहारी सुचतेय ? (एक गवळण त्याला धपाटा घालते. गवळणी पुढे चालतच राहतात. सुदामा वैतागून बोलू लागतो) अरे, येतोस की नाय आता ? चल लवकर. आमचं काय चालत नाय.

पेंद्या : आलो, आलो रे. (प्रेक्षकांतून लाह्या वगैरे खात, बोबडे बोलत, गाणे म्हणत येतो. वेश तसाच.)

कुत्ना थमाल रे थमाल अपुल्या गायी

आम्ही घरत जातो भाई। (सुदामा साथ देतो.)

तुझी संगत रे संगत नडली भाई । आम्ही घरात जातो भाई।

कुत्ना थमाल रे थमाल अपुल्या गायी॥

सुदामा : (पेंद्याला) एवढा सोळा सहस्त्र गवळणींचा तांडा चाललाय मथुरेला. गायी-गुरं सैरावैरा धावतायत नि त्यांच्याबरोबर आमचीपण धावाधाव.

पेंद्या : आपण कान्हालाच सांगू, आम्हाला बाबा नाय जमत, तूच सांभाळ आपली गायी-गुरं. छे छे छे छे ! काय रे हा धुरळा.

सुदामा : (अवचित भानावर आल्यासारखा) अरे अरे पेंद्या, आपली काही सुटका नाय. कृष्ण देवांनीच आपल्याला कामगिरी दिल्याय यांना अडवायची. त्यांना अडवायलाच हवं.

(एवढ्यात गवळणी चालता चालता त्यांना धपाटे घालतात.)

पेंद्या : (गवळणी चालत असतात, तेव्हाच समोर काठी ठोकत) अग ए गवळणींनो, थांबा की आता. (मावशीच्या डोक्यावर काठी मारत) अग ए बुक्द्ये, घ्येव काय आणखी दणका ? थांबा कशा आधी.

मावशी : अरे, तू कोण असा मोठा लागून गेलास आम्हाला रोखणारा ?

(एकूण गवळणी धपाटे घालतच असतात, ते कावरेबावरे धावतात.)

राधा : अग गवळणींनो, ऐका हे आहेत कोण, कशाला आलेत ? कुठून आलेत ते तरी विचारू या आधी. (पेंद्या, सुदामा यांना) कोण हो तुम्ही ? आम्हाला

असं काय अडवताय?

पेंद्या व सुदामा : (एकदम) आम्ही कृष्णदेवाचे सवंगडी.

मावशी : (सुचल्यासारखे करत) अगं पोरींनो, तुमच्याकडं काय सुटं पैशे हायत काय?

गवळण : मावशे, आता काय तुला पैशांचं आठवलंय? तुला कशाला हवेत पैसे?

मावशी : अगं, या सोंगाड्यांना द्यायला. सोंगं तरी दाखवतील.

पेंद्या : (काठी आपटत) एऽऽ तसले नव्हं आम्ही सोंगाडी. ऐक मावशे, आम्ही कृष्ण देवाचे सोबती हाव.

मावशी : मग इकडं कशाला आलात तडमडायला?

पेंद्या : तडमडायला नाही.

राधा : सुदामाजी, असं हो काय करता?
(गाणे) *सुदामा असं करता काही।*
न रस्ता बंद कशापायी?

पेंद्या : मथुरेच्या बाजाराला जायचं नाय. बंदी हाय. आम्हाला ऑर्डरच तशी हाय.

मावशी : ऑर्डर? म्हणजी? आणि ती कुणाची?

सुदामा : मावशी, कृष्णदेवांची ऑर्डर हाय. हशिलदान दिल्याशिवाय तुम्हाला जाता येणार न्हाय.

पेंद्या : हशिलदान द्या नि मग जा तुम्ही बाजाराला.

सुदामा : नाहीतर कृष्णदेवांपुढं आमचं काही खरं नाही. रागावतील ते आमच्यावर.

राधा : हे बघा सुदामाजी, आम्ही काय हशिलदान देऊ शकत न्हायी.

पेंद्या आणि

सुदामा : मग तुम्हीपण नाही जाऊ शकत मथुरेला.

राधा : हे बघा, मग तुम्ही कृष्णदेवांनाच पाठवून द्या इकडं. आम्ही सांगू त्यांना.
(गाणे) *सुदामा इथुनी माघारी जा*
नि कृष्णदेवांना पाठवुनी द्या।
(सगळ्या जणी नाचू लागतात आणि पेंद्या, सुदामा आदींच्या पाठीत धपाटे घालतात. त्यांना एकमेकांवर आदळवतात. असा धिंगाणा सुरू असतानाच राधा त्यांना थोपवते.)

राधा : सुदामाजी, तुम्ही असं करता का, तुम्ही जा नि देवांना पाठवून द्या.

पेंद्या : नाय नाय नाय. तुम्ही पळून गेलात तर?

मावशी : सुदाम्या, काही चिरीमिरीवर भागंल काय?

पेंद्या : (मावशीपुढे काठी ठोकत) मावशे, तू आधी खाली बस. (असं म्हणून डोक्यावर काठी उगारतो.)

सुदामा : (राधेला) हे बघा गवळणींनो, तुम्ही आधी सगळ्या जणी खाली बसा. (सगळ्या जणी खाली बसतात. ते जायला वळतात, तेवढ्यात...)

मावशी : राधे, गेले गो ते सोंगाडी, चला गं चला. (पेंद्या आणि सुदामा मागे वळून परत येतात, तो मावशी उठलेली दिसते. काही जणी उठण्याच्या बेतात असतात.)

पेंद्या आणि

सुदामा : (काठ्या रोखून त्यांना पुन्हा बसवत गाणे म्हणत नाचतात.)

गवळणी गं राहा इथे बैसोनी,

माठ ठेव खाली उतरोनी॥

कृष्णदेव येतील रागानी।

दह्याची करतील धूळधाणी॥

(सगळ्या जणी बसलेल्या बघून गाणे म्हणत परत जातात.)

मावशी : (सगळ्यांच्या आधी उठून राधेला) राधे, गेले काय ग तेऽऽ सवंगडी?

बाकीच्या : गेले वाटतं, चला उठा. (असं म्हणून उठतात.)

(खेळ्यांमागून कृष्ण येतो)

(गाणे) *त्याजि भक्तांसाठी लाज*

जगी दास होउनी आलो।

निज मुखांतली बोरे

दे मज शबरी स्वकरे॥

(किंवा दुसरे गाणे)

आला गोकुळचा कान्हा, आला गोकुळचा राणा।

बन्सी वाजविता कान्हा, बन्सी वाजवतो कान्हा॥

(स्वगत) पेंद्या, सुदामा सांगत आले, सोळा सहस्र गवळणींचा तांडा मथुरेच्या बाजाराला चालला आहे. मथुरेच्या बाजाराला प्रतिबंध असताना या गवळणी तिकडं कशा जात आहेत? तरी पेंद्या, सुदामांनी यांना सांगितल्यावरून या अशा बसून आहेत. प्रत्यक्ष माझ्या परवानगीसाठी त्या थांबल्या आहेत. (त्यांना उद्देशून) मथुरेच्या बाजाराला जाणाऱ्या गवळणी आपणच?

मावशी : (राधेला) हा आणखी कोण गंऽऽ उपटला राधे? (त्याच्याकडे निरखून बघताना)

राधा : थांब मावशी, मीच विचारते त्यांना (कृष्णाला), आपण कोण आहात?

कृष्ण : त्याआधी मीच तुम्हाला विचारतो, आपण कोण आणि अशा सगळ्या जणी कुठं चाललात?

राधा : आम्ही गोकुळच्या गवळणी, चाललोय मथुरेच्या बाजारी.

कृष्ण : मथुरेच्या बाजाराला बंदी आहे. हशिलदान दिल्याशिवाय तुम्हाला तिकडं जाता येणार नाही. पेंद्या, सुदामांनी तुम्हाला अडवले नाही का?

राधा : त्यांनी आम्हाला अडवलं. भगवान श्रीकृष्ण येईपर्यंत इथंच बसून राहा, म्हणून सांगून गेलेत. आम्ही श्रीकृष्ण देवांचीच वाट बघतोय.

मावशी : पण राधे, हे कोण आणि इथं कशाला आलेत, पुसशील की नाही?

श्रीकृष्ण : (दोघींना) मीच तो भगवान श्रीकृष्ण!

राधा : तुम्ही श्रीकृष्ण? वाटत नाही. देव कसे असायला हवेत?

श्रीकृष्ण : कसे म्हणजे, कसे असायला हवेत?

राधा : चार भुजा, हाती शंख, चक्र, गदा, पद्म, गळ्यात तुळशी-वैजयंती माळा, शिरी रत्नजडित मुकुट, कानी कुंडले.

श्रीकृष्ण : राधे, बास बास बास! हे युग कोणतं?

राधा : कलियुग.

श्रीकृष्ण : मग या युगात मी दोन हातांनिशी आलो आहे. गदा, पद्म वगैरे वैकुंठातच ठेवून आलो आहे. ऐक (गाणे म्हणतो.)
वैकुंठीला राहातसे महाविष्णुदेव।
त्याचा अवतार कृष्ण जाण गोकुळी वसे।

राधा : (श्रीकृष्णाला पाया पडत) देवा, चुकलो आम्ही. क्षमा असावी.
(नंतर मावशीसकट सगळ्याच गवळणी श्रीकृष्णाच्या पाया पडतात आणि म्हणतात, 'देवा, चुकलो आम्ही. क्षमा असावी.')

श्रीकृष्ण : राधे, हशिलदान दिल्याशिवाय तुम्हाला मथुरेला जाता येणार नाही.

राधा : देवा, आम्ही गरीब. आम्हाला हशिलदान देता येणार नाही.

श्रीकृष्ण : मग मथुरेचा बाजार बंद!

राधा : (राधा गाणे म्हणते, बाकीच्या गवळणी साथ देतात.)
देवा, नका करू मस्करी हो।
आम्ही गरीब गवळ्याच्या नारी होऽऽ।

गवळणींसह श्रीकृष्ण

नेतो दही दूध बाजारी होऽऽ। देवा नका...

श्रीकृष्ण : (गाणे म्हणतो)

राधे, तुला राधे, तुला पुशितोऽऽ

राधे, घोंगडी कांबळीवाला।

जमवुनी नारी साऱ्या जाते तू मथुरेला।

वाटेत श्रीहरी हा सावळा।

राधे तुला पुशितोऽऽ राधे घोंगडी कांबळीवाला।

राधा : (गाणे म्हणते)

कृष्णा, मजकडे पाहू नको, माझी घागर गेली फुटून।

डोईवरी घागर हातामध्ये झारी वेणीच गेली सुटून॥

तू कृष्ण काळा, मी राधा गोरी।

तुझी माझी जमे नसे जोड। कृष्णा मजकडे ॥धृ॥

मावशी : (श्रीकृष्णाच्या पाया पडत) देवा, मी शरण आले.

श्रीकृष्ण : कुणावाणी?

मावशी : मेंढरावाणी. देवा मला सोड...

बाकी गवळणी : (पाया पडत) देवा, आम्हीपण शरण आलो.

श्रीकृष्ण : कुणावाणी?

गवळणी : देवा, आम्ही कोकरावाणी शरण आलो.

श्रीकृष्ण : जा, तुम्हाला परवानगी आहे. (गवळणी जातात. तशा मावशी, राधा जायला बघतात.) थांब मावशी, कुठं चाललीस ?

मावशी : देवा, मी तुम्हाला गरीब गायीवाणी शरण आलेय.

श्रीकृष्ण : जा, तुला मोकळीक आहे.

मावशी : (खूश होऊन जाताना गाणे म्हणत, नाचत जाते.)
दोन्ही थडी भरली गंगा, कशी मी येऊ पांडुरंगा ॥

राधा : (पाया पडत) देवा, मीपण विनवणी करते. मलापण सुट्टी मिळावी.

श्रीकृष्ण : नाही नाही. तुला नाही जाता येणार !

राधा : (गाणे) *झोंबशी का रे कान्हा।*
(नाचते) कान्हा मजला सोड जाऊ दे।
सोड जाऊ दे मजला।

श्रीकृष्ण : *राधे मी गऽऽऽ गोकुळचा कृष्ण मुरारी*
(राधा नाचत साथ देते.)
हशिलदान दे गवळ्याच्या नारी॥

राधा : *(नाचत) देवा, मी हो नावाची गौळण राधा।*
दान मिळणार नाही गोविंदा।

श्रीकृष्ण : *राधे, मी गऽऽ गोकुळचा कृष्ण मुरारी।*
दान दे मला गवळ्याच्या पोरी।
राधा : देवा, मी हो नावाची गौळण राधा।
दान मिळणार नाही गोविंदा।
(दोघेही नाचत नाचत, हातात हात घालून खेळ्यांमागे जातात.)

खेळे : (सोंग गेल्यावर शंकासूर, राधा वगैरे येतात.)
अरे, यायरे जायरे राजभवना, यायरे जायरे राजभवना
अरे येता भला एक जाता भला, येता भला एक जाता...
खेळासी खेळ देव मेळविला, नवा घोडा देव खेळविला।
(चाल बदलून) धन्य तू नारायणा हो, धन्य तू नारायणा हो।
मथुरी बाळ जन्मला हो, मथुरी बाळ जन्मला।
गोकुळी त्याला नेला हो, गोकुळी त्याला नेला हो।
वसुदेवानी नेला हो, वसुदेवानी नेला होऽऽ ॥

गांवकर : (गाणे थांबवत) ओऽऽऽरी कंसराजाच्या बंदिवासात, देवकी प्रसूत होऊन

तिला बाळ कसा झाला आहे.

बाकी खेळे : *कोऽऽणे गती?* (यावर मृदुंग थाप, टाळ वाजवून साथ देतात.)

गांवकर : देवकीला बाळ झाले, ही वार्ता कंसराजापर्यंत येऊन कशी पोचली आहे.

खेळे : *कोणेऽऽ गती?*

गांवकर : वार्ता ऐकताच कंसराजा खवळून कसा गेला आहे.

खेळे : *कोणे गतीऽऽ?*

गांवकर : कंसराजा वेडापिसा होऊन 'आठवाऽऽ आठवाऽऽ' म्हणत कसा बरळतो आहेऽऽ (त्याच्यासोबत प्रधान साथ देत, 'आठवा आठवा' ओरडतो.)

खेळे : कोणे गतीऽऽ।

(एवढ्यात खेळ्यांमागे मोठा गलबला 'अले लोलोऽऽ ओऽऽ होऽ ओऽऽ हो' करत कंसराजाचे सेवक प्रवेश करतात; एकाच्या हातात खुर्ची, दुसऱ्याच्या हातात तलवार या साधनांनिशी एकमेकांशी लुटुपुटुची लढाई बराच वेळ खेळत राहतात. लढाई थांबवत एकजण (खुर्चीवाला) खुर्ची आडवीतिडवी उलटीपालटी करत ठेवतो. प्रत्येक वेळी बसायला जातो, पण जमत नाही. मग दुसरा खुर्ची सरळ ठेवायला मदत करतो, असे विदूषकी चाळे करत खुर्ची एकदाची खेळ्यांच्या पुढे मध्यभागी ठेवतात. खुर्चीवाला पायावर पाय ठेवत ऐटीत बसतो. घोरत झोपल्याचे नाटक करतो. दुसरा त्याला बाजूला ढकलत अर्ध्या खुर्चीवर बसतो आणि तोही घोरू लागतो. एवढ्यात पहिला एकदम जाग आल्यासारखे करत ताडकन् उठतो. खेळे आपआपसांत कुजबुजतात. प्रश्नार्थक बघतात. त्यांच्याकडे बघत खुर्चीवर तलवार आपटत...)

पहिला सेवक : कंसराजाची स्वारी येतेय. हंडी, गलास, खुर्ची, टेबल तय्यार रखो.

दुसरा सेवक : (प्रश्नार्थक) बंदोबस्त चोख झाला कऽऽ नाय?

(परत खुर्चींची हलवाहलव, उलटीपालटी करत तिलाच 'नीट सरळ राहा' म्हणत शेवटी सरळ करत दोघेही एकमेकांना खेटून बसतात आणि डुलक्याही खाऊ लागतात. तोच... कंसराजा 'अलो लो लोऽऽ ओऽऽ होऽऽ आरडाओरडा करत, तलवार नाचवत नाचत येतो. वाऱ्याशीच लढाई केल्यासारखी तलवार फिरवत असतो, एवढ्यात दोन्ही सेवक खडबडून उठतात अन् इकडेतिकडे 'काय झालं?' म्हणून धावपळ करतात. एकमेकाला दोष देत आहेत, तोच...)

कंसराजा : (संतापून, जोरात) काय चाललंय सेवक?

दोन्ही सेवक : (ओशाळून) जी सरकार, क्षमा असावी. (वाकून नमस्कार करतात.) आज्ञा सरकार.

कंसराजा : अरे, राजदरबारी काय खबरबात आहे? मला कथन कर.

प्रधानजी : महाराज, आपल्या भगिनी देवकीताई (थांबत) काल मध्यरात्री प्रसूत झाल्या. पुत्ररत्न प्राप्त झाले.

कंसराजा : (ऐकून एकदम चकित होतो. भय आणि क्रोध दोन्ही लपवत, खोटे हसून) काय म्हणता? मग आम्हाला त्याऽऽ बाळाला पाह्याला गेलंच पाहिजे. आहा हा हा!

दोघे : जीऽऽ सरकार. आज्ञा सरकार!

कंसराजा : चला तर, चांगल्या गोष्टीला (खवचटपणाने) उशीर नको. (हातातील तलवार फिरवत आरडत-ओरडत ओऽऽ हो ओऽऽ हो करत नाचत राहतो. दोन्ही सेवकही तलवार फिरवत नाचत राहतात. या सगळ्याला टाळ, मृदुंगाची साथ असते. खेळ्यांमागे जातात. पडदा पडतो.)

खेळे : *धन्य तू नारायणा, होऽऽ धन्य तू नारायणा होऽऽ।*
मथुरे बाळ जन्मला होऽऽ मथुरी बाळ जन्मला ॥

कंसराजा : (पडदेवाले जातात, खेळ्यांपुढे एका बाजूला देवकी हातावर पदराखाली बाळ घेऊन उभी आहे. कंसराजा ओरडत, तलवार फिरवत प्रवेश करतो. तलवार फिरवून झाल्यावर देवकीकडे येऊन तिला उद्देशून) देवकी, हे देवकीताई, तुला बाळ झालं. आम्हाला कळलं. वाहवा... (छद्मीपणाने आवाजात कौतुक) बघू तरी दे आम्हाला बाळ... (आर्जवाने) बेटा कसा आहे? दाखवणार ना आम्हाला?

देवकी : (बाळाला पदराखाली दडवत) नाही दादा, माझं बाळ नाही दाखवणार तुला.

कंसराजा : (अजीजीने काकुळतीला येऊन) का नाही दाखवणार? आमचा भाचा बघू दे तरी आम्हाला.

प्रधान : (दुजोरा देत) ताई, मामांना बाळ बघायचं आहे कसं आहे, बघू तरी आम्हाला.

कंसराजा : (मनधरणी करत) कसं आहे? बघू दे. गोजिरं, गोंडस?

देवकी : (निर्धाराने) नाही, नाही. दादा, तुम्हाला कदापि मी माझं बाळ दाखवणार नाही. (त्यांच्यापासून मागे हटत)

कंसराजा : असं कसं म्हणतेस ताई. बघू दे. त्याचं कोडकौतुक करू दे!

देवकी : (उसळून) कोडकौतुक? अरे दादा, आजवर तू माझी सहा बाळं या धर्मशिळेवर आपटून ठार मारलीस.

कंसराजा : सातवं तू लपवलेस.

देवकी : अरे दुष्टा, चांडाळा… ते तुझ्या भयानं पोटातच जिरून मायेच्या योगानं रोहिणीच्या पोटी गेलं, म्हणून वाचलं! तुझ्या या मायावी भाषणानं फसणारी नाही मी.

कंसराजा : तर तू नाही देणार?

देवकी : नाही, नाही, नाही. त्रिवार नाही. कदापि नाही.

कंसराजा : (चवताळून) नाही कशी देत. दे म्हणतो ना!

देवकी : (बाजूला होत) नाही नाही. नको.

(देवकी बाजूला वळते, तो कंसराजा उसळून पुढे होतो. तिच्या हातातील बाळ हिसकावून घेतो आणि तेथील शिळेवर आपटायला जातो, तोच ते बाळ हातातून निसटते आणि आकाशात गमन करतानाच आकाशवाणी होते, 'दुष्टा, चांडाळा, कंसा, अरे पाप्या, तुझे मरण जवळ आले आता. यावेळी देवकीचे आठवे बाळ, तुझा वैरी गोकुळात आनंदाने खेळतो, नाचतो आहे. नांदतो आहे!')

कंसराजा : (मोठ्याने आक्रोश करत) आठवा! आठवा!

प्रधान : सरकार घात झाला. आठवा आठवा!

कंसराजा : (आक्रोशत) आठवा बाळ! गोकुळी नांदतोय? (मोठ्याने) आठवा… आठवा! (हसत सुटतो.) आठवाऽऽ (तलवार फिरवत ओऽऽ हो! ओऽऽ होऽऽ करत परत खुर्चीवर येऊन बसतो.) प्रधानजी.

प्रधान : आज्ञा सरकार!

कंसराजा : अरे, आपल्या राज्यात नवीन काय खबरबात आहे?

सेवक : महाराज, मथुरेचा बाजार बंद झाला आहे.

कंसराजा : अरेऽऽ (उसळून) कोणी केला मथुरेचा बाजार बंद?

प्रधान : महाराज, गोकुळच्या त्या श्रीकृष्णानेच आपला मथुरेचा बाजार बंद केला आहे.

कंसराजा : अरे, त्या गवळ्याच्या पोराने बाजार बंद पाडला? ती आकशावाणी माझ्या कानात अजून घुमतेय. देवकीचा आठवा बाळ, माझा वैरी - गोकुळी नांदतोय. आपला बाजार बंद करतोय. काय आहे काय? (भेसूर हसतो, उद्वेगाने) आठवाऽऽ आठवा!

प्रधान आणि
सेवक : आठवाऽऽ आठवा...

कंसराजा : (वेड्यासारखा हसत सुटतो. संमिश्र भावनांनी सगळेच ओरडत सुटतात.) आठवाऽऽ आठवा!

(एवढ्यात खेळ्यांमागून कृष्ण व बलराम गाणे म्हणत येतात. खेळे साथ देतात.)

कृष्ण आणि
बलराम : (गाणे म्हणतात)

कर कंसा ध्यान, येतो रे सोबती कोण ?

कृष्ण बलराम येतो रे दोघं जण ॥

देवकीचा बाळ, आठवा अवतार।

कृष्ण बलराम येतो रे दोघं जण।

कर कंसा ध्यान, येतो रे सोबती कोण॥

(गाणे सुरू असताना कंसराजा, प्रधान आणि सेवक यांचे वेड्यासारखे 'आठवाऽऽ आठवा' करत हसत सुटणे, आरडणे-ओरडणे सुरूच असते.)

कृष्ण : (त्यांना थांबवत कंसाला उद्देशून) कंसमामा, सांभाळ! तुझा वैरी हा आठवा तुझ्यापुढं उभा आहे. अरे, आजपर्यंत तू माझी सहा भावंडं मारलीस. तुझ्या तावडीतून सुटलेला मायेनं वाचलेला हा बलराम सातवा आणि हा (स्वतःकडे बोट दाखवून) आठवा! तुझा वैरी तुझा काळ, तुला मोक्ष द्यायला आला आहे.

कंसराजा : (मिजासीने हसत, टिंगल करत, वर वर वात्सल्याचे नाटक करत) अरे बाळा, कसल्या बाता करतोयस. अरे, ओठ पिळले, तर दूध येईल. (मोठ्याने हसत) जा, जा, पळ. जा आईच्या कुशीत जाऊन खेळा.

बलराम : अरे दुष्टा, चांडाळा, आम्ही खेळायला नाही आलोय तुझ्याशी! आठव आठव, तुझी कीर्ती. तू केलेली पापं.

कृष्ण : (तलवार उपसत) मुकाट्यानं युद्धास तयार हो.

बलराम : तुझा काळ जवळ आलाय. चल हो मरायला तयार. (तलवार उपसून पराजेत त्याच्याकडे जातो.)

कंसराजा : (हसत सुटतो.) आठवाऽऽ आठवा!

(प्रधान आणि सेवक बलरामाशी युद्ध करतात. टाळ, झांजा, मृदुंगाची

साथ.)

(बलरामाने गदायुद्ध सुरू केले आहे. नंतर गदा बाजूला ठेवून तलवारीने युद्ध करतात. प्रधान आणि सेवक हरतात, निघून जातात.)

बलराम : (कंसाला) मामा, चल युद्धास तयार हो.

(दोघेही युद्ध करतात. युद्ध करता करता दोघेही थांबतात. तसे...)

श्रीकृष्ण : (पुढे होऊन कंसराजास म्हणतो) चल, हो युद्धास तयार! हो मरणास तयार.

कंसराजा : बघतोच तुझा पराक्रम. होऽऽ तयार.

(दोघांचेही तुफान तलवार युद्ध सुरू होते. मृदुंग, टाळांचा, झांझांच्या तालावर ओऽऽ हो ओऽऽ हो ओरडत लढाई करतात. तलवार लढाई थांबते आणि मृदुंगाची वेगळी थाप पडते.) चल, होऽऽ मल्लयुद्धास तय्यार.

कृष्ण : चल, बघतोच तुला आता.

(दोघांचे तुंबळ मल्लयुद्ध होते. कृष्णाकडून कंसराजा पराभूत होतो. मारला जातो. मरता मरता पाठीमागच्या खेळ्यांवर पडतो. खेळे त्याला सावरत मागे सोडतात. मागोमाग कृष्णही जातो.)

खेळे : (म्हणणी सुरू. बाजूचे मृदुंगे एकमेकांजवळ येऊन सोंग गेल्यानंतरचे वाजप करून खेळ्यांना साथ देतात.)

हिंडतो फिरतो, हिंडतो फिरतो।

अरण्य हिंडतो, अरण्य धुंडतो।

हिंडतो फिरतो, हिंडतो धुंडतो।

(खेळ्यांचे गाणे चालू असताना मागून सोंगाड्या शिपायाचा - 'ओऽऽ' असा आवाज येतो. पाठोपाठ एक शिपाई खुर्ची एका हातात घेऊन, दुसऱ्या हाताने तलवार नाचवत येतो. खुर्ची मधोमध ठेवून 'ओऽऽ हो ओऽऽ हो' करत तलवार फिरवत नाचत राहतो. त्यावेळी टाळ मृदुंगाची साथ असते. थोड्या वेळाने थांबतो. मग खुर्चीवर खिशातला फडका काढून मारतो. खुर्चीवर हात मारून खुर्ची साफ झाल्याची खात्री करून घेऊन) पतंगशिंग महाराजांची स्वारी येतेय. हंडी, गलास, खुर्ची, टेबल हाजीर रखो!

पतंगशिंग : (एवढ्यात पतंगशिंग राजा तोंडाने ओऽऽ ओऽऽऽ करत व हाताने तलवार फिरवत प्रवेश करतो. थोड्या वेळाने खुर्चीवर बसतो व चौकसपणे

इकडेतिकडे बघत विचारतो.) कोण आहे रे तिकडे?

शिपाई : (समोर येऊन मुजरा करत) आज्ञा महाराज. मी आपला सेवक हाजीर आहे.

राजा : शिपाई, आपल्याला एक शिकारी माणूस हवा आहे. या मुलखात कोण मिळतो का विचार.

शिपाई : होय महाराज. (खेळ्यांकडे बघत राम राम करतो.) गांवकरमामा, महाराजांना शिकारी माणूस हवा आहे. आपल्या माहितीत कोणी आहे का?

गांवकर : राम राम. काय काम काढलं आहे शिपाईबुवा?

शिपाई : महाराजांना जंगलात शिकारीला जायचं आहे. महाराजांना शिकारीसाठी एक धाडसी लढवय्या माणूस हवा आहे.

गांवकर : महाराजांना सांगा, एक माणूस आहे.

शिपाई : (उतावळेपणाने राजाकडे खुशींने जाऊन म्हणतो) महाराज, एक माणूस आहे म्हणतात. आपणच विचारावं.
(राजा तत्परतेने उठून गांवकराकडे जातो.)

गांवकर : (पुढे झुकत) राम राम राम राम.

राजा : (त्यांचा राम राम स्वीकारत) गांवकरांनो, आम्हाला हवा तसा माणूस आहे म्हणता?

गांवकर : होय महाराज.

राजा : मग बोलवा त्याला.

गांवकर : (मान वळवून हाक मारण्यासाठी तोंडाच्या बाजूला हाताचा पंजा घेत) हिकमत बाबा होऽऽ हिकमत बाबा.

हिकमत : (मागून) काय म्हणता हो, गांवकरमामा?

गांवकर : (मोठ्या आवाजात) अहो, तुम्हाला मोठी इरती हाय, काम हाय काम. या लवकर.

हिकमत : येतो की मग. आलो... आलो. (वेश - खाकी पँट, हाफ शर्ट किंवा बुशकोट, कमरेला पट्टा व त्यात अडकवलेली तलवार, डोक्याला मुंडासे, हातात बंदूक अशा वेशात म्हातारपणाकडे झुकलेला माणूस येतो.) गांवकरमामा, राम राम राम राम!

खेळे : राम राम.

हिकमत : काय काम काढलंत गांवकरमामा? इतक्या तातडीनं बोलावलंत?

गांवकर : (राजाकडे नजरेने दाखवत) पतंगशिंग राजे आले आहेत. त्यांना शिकारीला मदतीसाठी एक चांगला धाडसी, हत्यारी वाकबगार माणूस हवा आहे. हाय काय तयारी तुमची, तर सांगतो?

हिकमत : काय म्हणता काय? अहो, किती शिकारी पाडल्यायत ठाऊक नाही तुम्हाला? सांगा त्यांना. मी एका पायावर तयार आहे.

एक खेळा : (चेष्टेने) चालताना नाही काय दिसत?

हिकमत : (चिडक्या आवाजात) एक पाय अधू असला, म्हणून काय झालं? अहो, शिकारीच्या नादात त्याचं भानपण नसतं. सांगा त्यांना बिनधास्त.

गांवकर : (त्याला होकार देत, राजाकडे बघून म्हणतो - राजा व शिपाई यांचे लक्ष असतेच.) राजेमहाराज, तुम्हाला हवा तसा माणूस मिळाला आहे. विचारा तुम्ही त्याला. हे महाराज, बोला तुम्ही. (असे म्हणत हिकमत पुढे होतो.)

राजा : गांवकरमामा, बोलतो मी याच्याशी. (त्याच्याकडे बघत) काय हो बाबा, तुमचं नाव काय म्हणालात?

हिकमत : मला हिकमत म्हणतात.

राजा : आम्ही शिकारीला जंगलात जातो आहे. आम्हाला तलवार, भाला, बंदूक अशी हत्यारं चालवणारा धाडशी माणूस हवाय, हाय काय आपली तयारी?

हिकमत : हो हो! अहो, सैन्यात होतो. रिटायर झालो. शिकारीला जातो की आता नादच लागला म्हणा ना!

राजा : (खूश होत त्याच्या पाठीवर थोपटत) वाहवा! वाहवा! छान.
(हिकमत पाठीवर हात ठेवत कळवळतो.)

शिपाई : महाराज, हे काय शिकार करणार? आता तर विव्हळतायत.
(हिकमत आय-ओय करत थांबतो.)

गांवकर : महाराज, अहो ते सैन्यात होते ना, लढाया करून बंदुकीच्या गोळ्या खाऊन पाठीची चाळण झालीय त्यांच्या.

हिकमत : होय सरकार. सगळ्या अंगाचीच चाळण झालीय.

महाराज : (जपून पाठीवर हात ठेवत) शाब्बास! मग आता येणार आमच्याबरोबर?

हिकमत : येणार म्हणजे काय, येतोच.

राजा : बरं ठीक आहे. आजपासून तुम्ही आमचे प्रधानजी, ठरलं. (थोडे थांबून हिकमत खुशीत येतो.) बरं, मला सांगा, तुम्हाला मुलं किती?

हिकमत : (बुचकळ्यात पडतो; पण नंतर) मला पोरं? पोरं विचारताय किती
म्हणून? किती म्हणून काय सांगू? मला पोरं? अहो पोतंभर कुरमुरे
आणले आणि पुढ्यात टाकले, तेव्हा कुठं मूठ मूठ वाट्याला येतील
त्यांच्या.

राजा : (आश्चर्याने खेळ्यांकडे बघत त्याला म्हणतो) काय म्हणता काय?
एवढी मुलं?

एक खेळा : (मिस्किलपणे) त्यांचा उद्योगच ता.

राजा : बरं, ठीक आहे. (शिपायाकडे बघून) हे आजपासून आपले प्रधान.
आता शिकारीला जायचं, काय प्रधानजी! जंगलात घुसल्यावर मागं नाय
हटायचं.

(हिकमत हातातील बंदूक उलटसुलट करत शेवटी उलटीच पकडून
रोखून धरतात - मंडळीत हशा.)

(शिपाई हिकमत यांना बरोबर घेत) चला, तर मग जंगलात. (हत्यारं
रोखून धरत, एक-एक पाऊल पुढे टाकत) बघा, बघा शिकारीचा अंदाज
घेत चला.

खेळे : *राजा गेला पहिल्या वन्नात।* (गोल फिरतो.)

राजा गेला पहिल्या वन्नात।

(ते दिशा बदलून एक-एक पाऊल पुढे टाकतात.)

राजा गेला दुसऱ्या वन्नात।

राजा गेला दुसऱ्या वन्नात।।

(हे चालू असताना हिकमत बंदूक रोखून धरत जनावरामागे धावतोय
असे दाखवत)

हिकमत : राजा राजा राजाऽऽ

राजा : बोल, काय झालं? मिळाली शिकार?

हिकमत : राजा, काय सांगू? मोठं जनावर...

(एकदाची शिकारीवर गोळी झाडली. ठोंऽऽ बंदुकीसकट पुढे झुकत,
तुरूतुरू मागे येत, हांव टाकता टाकता) होऽऽ एवढी मोठी शिकार!"

(बढाईने सांगतो. राजा आणि शिपाई दोघे पुढे जाऊन बघतात.)

शिपाई : कुठंय? कुठंच काहीच दिसत नाही?

हिकमत : (पुढे शोधत जातो. बघतो.) अहो, होय. हललं कायतरी.

शिपाई : महाराज, उंदीर वगैरे कायतरी असेल.

खेळा : फुस्स!

हिकमत : (हताश होऊन) हत्तीच्या...

महाराज : हरकत नाही. चला पुढे. (पाठीवर थोपटल्यासारखे करत, त्यांच्यामागून दोघेही)

खेळे : (गाणे) *राजा गेला तिसऱ्या वन्नाला।*
राजा गेला तिसऱ्या वन्नाला॥

हिकमत : राजाऽऽऽ राजाऽऽऽ राजाऽऽऽ (बंदूक रोखत धावत पुढे सरसावतो.)

खेळा : (चेष्टेने) आता काय दिसलं?

हिकमत : राजाऽऽ राजाऽऽ (तोंडाने बंदुकीचा आवाज काढल्यासारखा करतो) ठोऽऽ!

राजा : काय मिळालं प्रधानजी?
(हिकमत पुढे येत)

हिकमत : राजाऽऽ, मोठी शिकार. भेकरं!

शिपाई : (पुढे जाऊन शोधक दृष्टीने बघतो आणि) कसलं हो. भेकरं ना कसलं काय, भाट्या (रानमांजर) मरून पडलंय, झालं!

हिकमत : काय का आसना... शिकार तर मिळाली!

खेळा : आव तर केवढा.

गांवकर : आजून पुढं जायला हवं तवां मिळंल.

खेळे : (गाणे गातात) *राजा गेला चवथ्या वन्नाला।*
राजा गेला चवथ्या वन्नाला।
(चाल बदलत मोठ्याने) *चवथ्या वन्नाला।*
राजा गेला चवथ्या वन्नाला।

(लांब कोपऱ्यात मोठी हालचाल होते. एक काळाकभिन्न चेहरा असलेला, आक्राळविक्राळ शरीराचा, काळी पँट, काळा अंगरखा, कमरेला घुंगूर असलेला पट्टा, डोक्याला काळे मुंडासे, मुंडाशात टाळे (डहाळ्या) खोचलेले, कमरेलाही वेगवेगळ्या झाडांच्या डहाळ्या बांधलेला, दोनही हातांत शस्त्रांऐवजी डहाळ्या, पायांतही घुंगूर असलेला, आडदांड, मोठे पोट असलेला राक्षस भयानक खिदळत अंगणाच्या टोकाकडून मोठ्याने ओरडतो.)

राक्षस : माझ्याऽऽ अरण्यात कोण आहे? हाऽऽ हाऽऽ (मोठ्याने खिदळतो. सगळे चिडीचूप, शिपाई पुढे जाऊन बघतो आणि घाबरून मागे सरकतो.

हिकमत त्याला बघायला पुढे जातो आणि काहीतरी अक्रीत पाहिले
अशा बहाण्याने मागे येतो. परत पुढे जातो, मागे येतो. राक्षस जोराने
अंग घुसळत, डहाव्व्या नाचवत, एक पाऊल पुढे टाकत परत गरजतो.)
माझ्या अरण्यात कोण आहे?

हिकमत : (घाबरत पुढे जात) तुझ्या नाकात घोण आहे.

राक्षस : (दोन्ही पायात अंतर ठेवत एक पाय पुढे टाकतो. कमरेचे व पायातले
घुंगूर खळ्ळळकन् वाजतात. हातातल्या डहाव्व्या हलवत अंगाला हिसके
देत, सगळीकडे रागाने बघत, हिकमतला म्हणतो) शीऽऽ, तुझी ही
हिंमत! काकडीसारखा खाऊन टाकीन. वरल्या भोकात टाकून खालल्या
भोकान् सोडून देईन!

हिकमत : (उसन्या अवसानाने पुढे होत) अरे, जा ज्जा! (त्याच्या ढेरपोटाकडे बघत
तलवार उगारतो.) काय समजलास काय तू? ही तलवार बघितलीस?
कोथळा काढीन. (जोर करून तलवार त्याच्या पोटावर मारतो आणि
झटक्यात मागे येतो. राक्षस थंडच. मग परत जोर काढत त्याच्याजवळ
जाऊन उभा राहतो. राक्षस काही करत नाही असे बघून मोठ्या ऐटीने
तलवार त्याच्या पोटावर आडवी ठेवत मागे-पुढे करत राहतो. तसा
राक्षस त्याच्या पायावर दणकन् पाय ठेवतो. हिकमत खाली झुकून ओय,
ओय, ओय, ओय करत विव्हळत राहतो.)

राक्षस : थांब, आता तुझं नाकच खाऊन टाकतो.

हिकमत : (आणखी मोठमोठ्याने कळवळून ओरडतो.) राजाऽऽ, राजाऽऽ
(राजा व शिपाई पुढे होतात, हिकमताला पकडून मागे खेचतात. तो
हिकमत पडल्यासारखे करत उठतो व नाक पकडत आपण शाबूत
आहोत, याची खातरजमा करतो.)

राजा : घाबरू नकोस प्रधानजी. आम्ही आहोत तुझ्या पाठीशी.

राक्षस : (रागाने) माझ्या अरण्यात येऊन ही हुशारी. चल होऽऽ युद्धास तय्यार.

शिपाई : (सैरावैरा धावत) महाराज... महाराज... माझा पगार द्या आधी पयला!
पोरंटोरं उपाशी मरतील माझी! आधी माझा पगार द्या!

खेळा : (त्याला चेष्टेने) अरे, शिकारीला आलास ना जंगलात?
(राजा त्याला धीर देतो. राक्षस मोठ्याने ओरडतो. शिपाई चळाचळा
कापत राहतो. हिकमत घाबरत वरकरणी धिटाई दाखवत तलवार
पोटाकडे रोखतो.)

हिकमत : घाबरतो की काय ? चल हो युद्धास तयार.

राक्षस : चल होऽऽ तय्यार !

(राक्षस मोठमोठ्याने ओरडत ओऽऽ हो, ओऽऽ हो, ओऽऽ करतो. हिकमत व शिपाई तलवारी फिरवत लढाईच्या पवित्र्यात असतात. राक्षस डहाळ्या हलवत, अंगाला हिसडे देत या टोकापासून त्या टोकापर्यंत त्यांना पकडायला बघतो. तेही तलवारी नाचवतात. टाळ, मृदुंग वाजवत जोर आणतात. राजा बाजूला उभा राहून प्रोत्साहन देतो. हिकमत व शिपाई आरडाओरडा करत लढतात. लढता लढता शिपाई मागे हटतो; पण तेवढ्यात राक्षस खाली उताणा पडतो. त्याबरोबर हिकमत त्याच्या पोटावर इकडूनतिकडून फिरून तलवार मारतो. मग एकदाचा थांबून बैठका काढतो. मग...)

हिकमत : राजा... राजा (खुशीने) मारला एकदाचा! (नंतर इकडेतिकडे नाचत त्याच्या पोटावर जाऊन बसतो व त्याला ऐटीत हिणवतो.) माझ्या अरण्यात कोण आहे? बघितलंस काय? कोण आहे ते? मोठा हुशाऱ्या करतोय, आता पडलाऽऽ आता बघा... माझं नाक खातोस काय? खा, खा आता! पडला उताणा!

(एवढ्यात राक्षस झटक्यात उठून त्याला खाली पाडत, त्याच्या पोटावर बसतो.)

राक्षस : (मोठमोठ्याने हसत) बढाया मारतोस काय? बढाया! मी मेलो काय? आता तुझं नाकच खाऊन टाकतो. (अंगाला हिसडे देत, अंग घुसळत खाली वाकतो.) आता तुझं नाक खातो.

(हिकमत ओय, ओय करतो व निपचीत पडतो. राक्षस नाक चावल्याची ॲक्शन करतो व उठून कमरेवर हात ठेवून ऐटीत त्याच्याकडे बघतो.)

राजा : (हिकमतला उठवत, धीर देत) चल उठ, आपण परत लढाई करू.

(हिकमत उठतो व उजेडाच्या दिशेने नाक पकडत धावतो. ते आहे की नाही बघत राहतो.)

खेळे : (मस्करीत, पण दिलासा देत म्हणतात) कायपण नाय झालं. नाक शाबूत हाय.

हिकमत : (नाकाला हात लावत नाक शाबूत आहे, याची खातरजमा करत, राक्षसाकडे बघत म्हणतो) थांब, तुझा आता कोथळाच बाहेर काढतो.

राजा : (हिकमतच्या सुरात सूर मिसळून म्हणतो) आता तुला सोडत नाही. चल

होऽऽ लढाईला तय्यार!

हिकमत : (राक्षसाला) जीव वाचवायचा असंल, तर जा निघून. आमची वाट सोड.

शिपाई : होय, होय. खालीपिली कशाला मरतोयस? आम्हाला शिकारीला जाऊदे! (तलवार परजत) चल हो बाजूला.

राक्षस : (चवताळून ओरडतो.) मी माझं अरण्य सोडणार नाय. जा पळा. ब-याबोलाने जंगलातून निघून जा.

हिकमत : ते कदापि नाय होणार.

राजा : (राक्षसाला) चल, हो युद्धास तय्यार!

राक्षस : (जोरात मोठमोठ्याने ओरडतो.) हो तय्यार.

(डहाळ्या नाचवत, हातवारे करत, नाचत, दोन-दोन हातांनी हल्ला करीत त्यांना भिडतो. राजा, हिकमत आणि शिपाई तिघेही तलवार फिरवत त्याच्याशी लढतात. शेवटी राक्षस मोठ्याने गर्जना करत खाली कोसळतो. लढाई थांबते.)

हिकमत : (मोठ्या आनंदात) कसा बढाया मारत होता. आता पडला उताणा.

(दोन्ही दिशांनी धावतो, परत येतो. ऐटीत तलवार फिरवतो, मग परत लांब जातो. जवळ येत तलवार फिरवतो. मग राक्षसाच्या पोटावर बसतो. हाँव टाकतो. काय मनात येते, तो त्याच्या छातीला कान लावतो. परत परत छातीला कान लावून तो मेला आहे, याची खात्री करून घेतो.)

हिकमत : राजा… राजा (खुशीत) आता मेला नक्की! महाराज, आपल्या शिकारीच्या वाटेतला अडथळा गेला. आता पुढच्या अरण्यात…

(एकदा राजाकडे, एकदा राक्षसाकडे पाहतो.)

राजा : (खेळ्यांकडे प्रश्नार्थक बघत) गांवकरांनो, आता याची वेवस्था करायला हवी! (खेळे होकारार्थी मान हलवतात. खेळ्यांमागून दोन-तीन माणसे येतात. ती माणसे, शिपाई आणि प्रधानजी मिळून त्याला उचलत, सावरत मागे नेतात. मृदुंग वाजवतात.)

खेळे : (म्हणणी सुरू) अरे यायरे जायरे राजभवना।

यायरे जायरे राजभवना।

येता भला एक जाता भला। येता भला एक जाता भला॥

यायरे जायरे राजभवना। यायरे जायरे राजभवना॥

(या गाण्यानंतर दुस-या चालीत)

अहो, घुंगूरसं पडलं, घुंगूरसं पडलं।

चोरटं पायरवलं नगरामधी

चोरटं पायरवलं नगरामधी॥

(खेळ्यांमागून छप्पनचोर गाणे म्हणत नाचत येतो. संकासुराचाच पोशाख, पण डोक्यावरील निमुळता उंच भाग डोक्यामागे शेंडीसारखा सोडलेला. हातात काठी, कमरेला घुंगरांचा पट्टा किंवा उपरणे वगैरे बांधलेले असते. काखोटीला गाठोडे. काठी ठोकत, गाणे म्हणत, नाचत प्रवेश करतो. खेळे, वाजप साथ...)

आला रे आला छप्पनचोर

छप्पनचोर त्याच्या कमरेला दोर!

(खेळे त्याची री ओढत) आला रे आला छप्पनचोर

(एवढ्यात एक माणूस काठी आपटत 'चोर चोर' करत ओरडत येतो. तो इकडून-तिकडे पळतोय असे बघून छप्पनचोर काठी टाकून देतो व खेळ्यांत उभा राहतो. खेळ्यांच्या नाचण्याच्या स्थितीत.)

माणूस : (धापा टाकत) अहो गांवकर, अहो कुणी परका माणूस पायरवला का हो? दिसला असा कुणी वेगळा माणूस?

गांवकर : नाही बुवा! का हो?

माणूस : (आश्चर्याने) तुम्हाला माहीत नाही? अहो, गावात चोर पिसळलाय.

छप्पनचोर : (अचानकपणे खेळ्यांच्या पद्धतीने गाणे म्हणतो.)

अहो पशान फोडले पशान फोडले

(त्यांना थांबवत खेळे म्हणू लागतात.)

माणूस : अहो, थांबा. मी एवढा चोर, चोर बोंबलतोय. गाणं कसलं म्हणता?

गांवकर : काय म्हणता काय? खरंच काय चोर.

माणूस : अहो, 'खरंच' काय करता? अहो, त्याने जनाबाईचा हार चोरलाय. त्या एकनाथशेठचा शर्ट चोरीला गेलाय. (संशयाने खेळ्यांकडे बघता बघता चोराजवळ येतो. त्याला निरखत त्याच्याकडे बोट दाखवत म्हणतो) गांवकर मामा, हाच तो चोर. खात्रीच पटली माझी.

छप्पनचोर : (त्याला थांबवत) छे, छे! मला कोण चोर म्हणेल? (गांवकराकडे बघत म्हणतो) अहो, मी तुमच्यातला. गाणं नाय काय म्हणतोय?

(एकदम बाजूच्याचा टाळ घेत म्हणू लागतो.)

अहो, चिरे कमावले।

चिरे कमावले॥

(खेळे री ओढतात.)

माणूस : (परत गाणे थांबवत) अहो, माझी खात्रीच झालीय. हाच तो चोर.

छप्पनचोर : (एकदम उसळून) छा! छा!! काय वाटेल ते आरोप करता हो?

गांवकर : (त्या माणसाला) काय म्हणता? काय काय गेलंय आणखी चोरीला?

माणूस : (उतावळेपणाने) माझा अडकित्ता गेलाय. अहो, त्या भागिरथीच्या अंगणातल्या वाळत टाकलेल्या तुरी(कडधान्य)सुद्धा चोरल्यात. (त्याच्या गाठोड्याकडे बघत) हे बघा, याच्या काखोटीला गाठोडं. बघा तपासून ते.

छप्पनचोर : सभ्य माणसावर आरोप? काय वाटतं काय तुम्हाला?

खेळा : (त्या माणसाला) अहो, हा भुरटा चोर असला पाहिजे.

माणूस : अहो, भुरटाच तो. गेला कुठे पण? (खेळ्यांकडे बघतोय तोच.)

छप्पनचोर : (गाणे म्हणतो.)

अहो, देऊळ बांधलं सांबाचं

देऊळ बांधलं सांबाचं।

(खेळे गाणे म्हणायला लागतात. माणूस कपाळावर हात मारतो. संशयाने इकडेतिकडे बघत.)

छप्पनचोर : (दुसरे गाणे सुरू करतो.)

अहो, थेरडा म्हातारा, थेरडा म्हातारा।

लगीन का करीना? लगीन का करीना?॥

खेळे : अहो, थेरडा म्हातारा, थेरडा म्हातारा।

माणूस : (खेळा झालेल्या छप्पन चोराकडे संशयाने बघत, गाणे तोडत खेळ्यांना म्हणतो) थांबा, थांबा, थांबा, मेहरबानी! चोर सापडला, हाच तो चोर.

छप्पनचोर : छे, छे! मी कशावरून?

माणूस : तूच तो. संशयच नको. आमच्या जनाबाईचा हार, एकनाथशेटची शर्ट-पँट तूच चोरलीस. हा असला मुखवटा घालून खेळ्यांत उभा राहतोस काय? काढ माझा अडकित्ता काढ.

छप्पनचोर : कशावरून? मी कितीदा सांगितलं, खोटा आळ घेताय. गांवकरमामा तुमीच सांगा यांना.

एक खेळा : छे, छे! तुमी आपले आलेत नि खेळ्यांत उभे राहिलेत.

गांवकर : गाणं म्हणताय म्हणून म्हणू दिलं.

छप्पनचोर : मी काही चोरताना तुम्ही बघितलंत काय? (परत गाणे म्हणू लागतो

आणि तसाच मागे जातो. आपले गाठोडे काखोटीला घेतो.)
अहो, पशान फोडले पशान फोडले,
चिरे कमावले चिरे कमावले।
(आजूबाजूला बघतो. एक खेळा डुलकी खातोय, हे बघून लीलया
त्याच्याजवळ जात गाणे म्हणतो.)
अरे, आला रे आला, छप्पनचोर!
(झटकन त्या खेळ्याची झांज घेऊन आपल्या गाठोड्यात टाकतो.)
छप्पनचोर त्याच्या कमरेला दोर (गाणे सुरूच असते.)
(माणूस परत येतो. तो इकडेतिकडे बघतोय, एवढ्यात छप्पनचोर
शिताफीने गाठोडे लपवतो.)

माणूस : (गांवकराला उद्देशून) अहो गांवकर, हाच तो चोर. माझी पुरी खात्री
झाली. हाच तो चोर! (चोर मृदुंगाच्या बाजूला जातो.) अहो, याची चाल
बघा, त्याची ढब, त्याचं गाणं सगळंच वेगळं नाही दिसत?

तो खेळा : (खडबडून जागा होत) अहो, माझी झांज? बोल बोल म्हणता नाहीशी
झाली.

माणूस : अहो, नाहीशी काय? यानेच ती चोरली.

छप्पनचोर : काय तरी काय बडबडताय? (मृदुंग्याच्या आडून) काहीतरीच काय?
(मनातून घाबरलेला) सोंगाड्याचा काय पोशाख वेगळा नसतो?

माणूस : (गांवकरांना खासगी आवाजात) हा तसा नाही कबूल करणार.

छप्पनचोर : अहो, माझ्याकडे काय आहे काय? बघा तुम्ही.

(माणूस, खेळे त्याच्याकडे बघतात. गाठोडे दिसत नाही. गांवकर
अचंब्यात पडतात.)

माणूस : गांवकरमामा, काहीतरी शक्कल लढवली पाहिजे. थांबा. (एकदम
ओरडतो.) अहो, चोराच्या शेंडीला आग लागलीऽऽ होऽऽ! (चोराला
भान राहत नाही. त्याच्या नकळत शेंडीच्या बाजूला हात जातो.)
सापडला. सापडला. तूच तो चोर! (चोर घाबरत इकडेतिकडे आसरा
घेतो.) चल काढ, तुझं ते गाठोडं.
(खेळे मागे-पुढे बघतात, तो गाठोडे एका कोपऱ्यात दिसते. चोराला
'चल, आण तुझं गाठोडं,' असे म्हणतात. चोर गाठोडे पुढे ठेवतो तसे ते
सोडत...)
बघा बघा हो, झांज! तुम्हा खेळ्यांनासुद्धा यानं सोडलं नाय. (झांजेसाठी

पुढे येणाऱ्या खेळ्यास) काय सुस्ती उडली क नाय ? (त्याची झांज देतो.) बघा, बघा, हा शर्ट, ही पँट आणि बघा ही माळ बघा, जनाबाईची! अरे, माझा आडकित्तापण मिळाला. बघितलंत याचा पराक्रम. अरे चोरा, बरा सापडलास. चल आता पोलिसात.

(चोर गयावया करतो, तरीही माणूस त्याला खेचत नेतो.)

खेळे :   (गाणे) *बामण बैसले तपाला होऽऽ।*

ऋषी बैसले तपाला होऽऽ।

(एवढ्यात खेळ्यांमागून गोंधळ्यांचे सोंग येते. त्यांचे गाणे सुरू होते.)

दान पावला पाऊड पावला।

जाकाईच्या जोकाईला, जेजुरीच्या खंडेराया॥

(सगळ्या देवदेवतांची नावे घेऊन झाल्यावर एखाद्या वीराचा पोवाडा म्हटला जातो. एकूण मंडळींकडून पैसे घेतले जातात. एक मदतनीस गोंधळी म्हणतो, 'दादा, लय कमाई झालीय या गावात!' लोकं आणखी पैसे देतात. तो आणखी खूश होतो. मग थोडीशी करमणूक करून निघून जातात.)

खेळे :   *बामण बैसले तपाला होऽऽ।*

ऋषी बैसले तपाला होऽऽ॥

(मृदुम्मान्य दैत्याचे सोंग राजाच्या वेशात येते.)

मृदुममान्य : (आल्या आल्या तलवार फिरवत नाचतो. नंतर इकडेतिकडे 'जितं मया' अशा भावनेने पाहत मोठमोठ्याने हसतो.) मी अजिंक्य आहे! मी अजिंक्य होणार. तिन्ही जगात मला कधीच कुणी हरवू शकणार नाही, कदीच! मी अमर होऊन तिन्ही त्रिकाळ या जगावर राज्य करणार! हो; पण त्यासाठी मला ईश्वरदेवाची भक्ती करावयास हवी. तप करावयासच हवे.

(तप करण्याच्या पावित्र्यात एक पाय, गुडघा मोडून मागे घेतलेला व एक पाय पुढे ठेवून, बसून हात जोडून प्रार्थना करतो.)

जय जय गिरिजा रमणा।

जय जय गिरिजा रमणा।

भक्त वत्सला दासा वत्सला।

धाव पाव गा तू दासाला।

जय जय गिरिजा रमणा।

सांब सदाशिव, जय जय देवा।*
प्रार्थितो तुला गौरीहरा।
जय जय गिरिजा रमणा।
(हात जोडून) शंकरताता, धांव धांव।
शंकरताता प्रकट हो, प्रसन्न हो।

शंकरदेव : (खेळ्यांमागून गाणे म्हणत येतो. शंकरदेवाचा जसा वेश असावा, त्या वेशात. एका हातात त्रिशूळ, एका हातात डमरू.)
त्याजी भक्तांसाठी लाज।
जगी दास होऊनी आलो॥ (खेळ्यांची साथ मिळते. गाणे थांबते. हात जोडून, डोळे मिटून भक्तीत तल्लीन असलेल्या मृदुममान्य) बोल, भक्ता बोल. कशासाठी एवढी तपश्चर्या चालवली आहेस?

मृदुममान्य : शंकरताता, धाव धाव! (हात जोडलेले) शंकरताता, धाव धाव! प्रसन्न हो!

शंकरदेव : (त्याच्या डोक्यावर हात ठेवून) हां, भक्ता मृदुममान्या, मी शंकरदेव प्रसन्न आहे तुझ्या भक्तीवर.

मृदुममान्य : (डोळे उघडून त्याच्याकडे बघत, त्याच्या पायावर डोके ठेवत) शंकरताता, प्रसन्न हो. (परत सरळ होऊन हात जोडत) देवा, तू प्रसन्न हो.

शंकरदेव : तुझा धावा ऐकून मी इथं आलो आहे. मी तुझ्यावर प्रसन्न झालेलो आहे. सांग तुला काय हवं आहे?

मृदुममान्य : देवा, मला वर हवा आहे.

शंकरदेव : माग, माग. वर माग.

मृदुममान्य : देवा, तू प्रसन्न झालास. (खुशीत हसतो.)

शंकरदेव : होय मृदुममान्या. मी प्रसन्न आहे. वर माग.

मृदुममान्य : ऐक तर भगवान, मला त्रैलोक्याचं राज्य हवं आहे.

शंकरदेव : (भोळेपणाने) तथास्तु! मृदुममान्या, तसे होईल. झाले तुझ्या मनासारखे?

मृदुममान्य : महाराज, अजून मनासारखे व्हायचे आहे. (शंकरदेव प्रश्नार्थक मुद्रेने त्याच्याकडे पाहतात.) मला असा वर हवा आहे, की मी ज्याच्या मस्तकावर हात ठेवीन त्याचे भस्म होईल.

शंकरदेव : (विचार न करता, एकदम) हो, तसं होईल. (स्वगत) 'अरे, काय बोलून बसलो हे?' अंतर्धान पावतो.

मृदुममान्य : (उन्मत्तपणे) थांब. थांब. (मोठ्याने हसतो.) अरे गोसावड्या, पळतोस कुठं? अरे, भोळ्या सांबा, आता पळ! येतोच बघ तुझ्या कैलास पर्वतावर. (मोठमोठ्याने हसत सुटतो. मग ओऽऽ होऽऽ ओऽऽ होऽऽ ओरडत, तलवार फिरवत शंकरदेवाच्या मागे जातो.)

(खेळ्यांमागून दोन सोंगाडे तलवार युद्ध खेळत येतात. एकाच्या पाठीवर एका हाताने खुर्ची धरलेली असते. लढाई थांबवतात. एक जण पाठीवरील खुर्ची उलटी ठेवतो. परत सुलटी करतो. आडवी करतो. त्याला जमत नाही, असे पाहून दुसरा खुर्ची उलटीपालटी करून नीट ठेवायला जातो. उलटी ठेवतो आणि बसायला जातो. तंगड्या वर करून पडतो. दुसरा म्हणतो, 'अरे, तुला नाय जमत, थांब मी कशी ठेवतो ते बघ वेवस्थित.' तो कशीतरी आडवीतिडवी करत ठेवतो. दोघे जण हुज्जत घालत शेवटी एकदाची खुर्ची सरळ ठेवतात. एक जण खुर्चीवर फडका मारतो आणि 'मृदुममान्य राजाची स्वारी येतेय. हांडी, गलास, खुर्ची, टेबल हाजिर रखो,' असं म्हणतो. दुसराही खुर्चीवर तलवार आपटत तेच म्हणतो आणि आपणच खुर्चीवर बसतो. शेवटी एकमेकांना ढकलत, सावरत दोघेही कसेतरी एकदाचे खुर्चीवर बसतात आणि घोरायला लागतात.)

मृदुममान्य : (खेळ्यांमागून ओरडत, तलवार फिरवत येतो.) ओऽऽ हो, ओऽऽ हो.

दुसरा शिपाई : (पहिल्याला) कोण रे तो ओरडतोय? जरा कुठं चुटका लागतोय. (मृदुममान्याला) चल हट, जरा कुठं डुलकी लागतेय तर आला मोठा होऽऽ होऽऽ करत.

पहिला : कशाला रे बडबडतोस. गप ना.

मृदुममान्य : (बाजूला उभा राहात) दारावर कोण आहे?

दुसरा शिपाई : (अर्धवट डोळे किलकिले करत) दोर दोर! (उसळून) तुझा बाप!

मृदुममान्य : (चिडून मोठ्याने म्हणतो) दारावर कोण आहे?

दुसरा : पाल, पाल!

मृदुममान्य : (आणखी चिडून) त्यांच्या मिशीवर तलवार फिरवतो.

शिपाई : (दोघेही दचकून उठतात नि एकदम हात जोडून) महाराज, महाराज चुकलो आम्ही. दारावर आम्ही 'द्वारपाल' आहोत. (दोघेही खुर्चीवर झटकल्यासारखे करून खुर्ची दाखवत म्हणतात.) बसा, बसा महाराज. (तो बसतो. तशी त्याच्यापुढे नम्रपणाने) क्षमा असावी महाराज. आम्ही द्वारपाल. आपले सेवक.

मृदुममान्य : (उसळून त्वेषाने) अरे, आता आम्ही तिन्ही लोकीचे राजे होणार. आम्ही ज्याच्या डोक्यावर हात ठेवू, त्याचं भस्म होणार! (मोठ्याने हसतो.) शंकरदेवानं वरच तसा दिलेला आहे. चला, आता युद्धाची तयारी करा. आता त्या ब्रह्मदेवावरच चालून जातो. (तलवार फिरवत ओऽऽ हो ओऽऽ हो करत सगळेच मागे जातात.)

(ब्रह्मदेवाचा दरबार. आसनस्थ ब्रह्मदेव. मृदुममान्य गर्जत, नाचत, तलवार फिरवत सेवकांसह प्रवेशतो. थोडा वेळ तलवार फिरवून झाल्यावर, ब्रह्मदेवापुढे वाकल्यासारखे करून उद्धटपणाने म्हणतो) ब्रह्मदेवा, मुकाट्याने तुझे राज्य मला दे. नाहीतर युद्धास तयार हो.

ब्रह्मदेव : (आश्चर्याने) अरे, कोण रे तू?

मृदुममान्य : मी मृदुममान्य दैत्य.

ब्रह्मदेव : अरे होय; पण माझ्या राज्यावर एकदम कसा काय आलास ?

मृदुममान्य : मी मृदुममान्य. शंकरदेवाच्या वरानं अजिंक्य झालो आहे. मी ज्याच्या डोक्यावर हात ठेवीन, त्याचे भस्म होईल. अजिंक्य, अजरामर मी तिन्ही लोकींचा स्वामी! (मोठमोठ्याने हसतो.) चल होऽऽ युद्धास तय्यार. ओऽऽ होऽऽ ओऽऽ होऽऽ.

ब्रह्मदेव : (उसळून) चल होऽऽ तय्यार.

(दोघांचे युद्ध होते. ब्रह्मदेव पळून जातात.)

मृदुममान्य : ब्रह्मदेव तर पळाला! (गर्वाने हसतो.) आता कैलासावर जातो. त्या गोसावड्याचा समाचार घेतो.

(आरडतओरडत तलवार फिरवत मागे जातो. शंकरदेव आसनस्थ स्थितीत दिसतात. मृदुममान्य तलवार फिरवत गर्जत येतो.)

मृदुममान्य : (गर्वाने, छद्मीपणाने हसत) शंकरदेवा, आता कैलास तुझा राहिला नाही. तुझ्या वरानं तुझं कैलासाचं राज्य माझं झालं आहे. मुकाट्यानं तुझं राज्य मला अर्पण कर, नाहीतर हो मरायला तय्यार!

शंकरदेव : तुला कैलासाचं पद कदापि मिळणार नाही. चल, हो लढायला तयार.

(शंकरदेव त्रिशूळ्याने लढाईला सुरुवात करतात. टाळ, मृदुंगाच्या तालावर घनघोर लढाई होते. शंकरदेव हरतात. खेळ्यांमागे जातात.)

मृदुममान्य : (उन्मादाने मोठमोठ्याने हसतो आणि) महादेवांना तर जिंकूनच घेतलं. आता इंद्रप्रस्थावर हल्ला करतो. (मोठमोठ्याने हसतो. ओऽऽ होऽऽऽ ओऽऽ होऽऽ करत मागे जातो.)

खेळे : (गाणे गातात) *विष्णूचे दरबारी, विष्णूचे दरबारी*
देव निघुनी चालले, निघुनी चालले।

गांवकर : ब्रह्मदेव, शंकरदेव आणि इंद्रदेव विचारात कसे पडले आहेत.

खेळे : *कोणेऽऽ गतीऽऽ* (पडदेवाले येतात. पडदा धरतात.)

गांवकर : देवांना चिंता पडली, आता कसं होयचं? जगाचा गाडा कसा चालवायचा? हा दैत्य कसा मातला, त्याला आवर कसा घालायचा याचा विचार करताहेत.

खेळे : *कोणेऽऽ गतीऽऽ*

गांवकर : विष्णूदेवाच्या दरबारी शंकर, ब्रह्मदेव आणि इंद्र आदी देव येऊन कसे बसले आहेत.

खेळे : *कोणेऽऽ गतीऽऽ*

(पडदाधारी पडदा घेऊन मागे जातात. समोर विष्णूदेवांचा दरबार. विष्णूदेव, शंकरदेव, ब्रह्मदेव, इंद्र आदी देव आसनस्थ झालेले असतात.)

इंद्रदेव : विष्णूदेवा, घात झाला. मृदुममान्य दैत्य शंकरदेवाच्या वरामुळे मातला आहे. आम्हाला त्यांं हरवलं आहे. असंच होत राहिलं, तर तो त्रैलोक्याचं राज्य बळकावंल.

ब्रह्मदेव : सगळीकडे हाहाकार होईल. अनाचार माजून प्रजेचा नाश होईल.

विष्णूदेव : असा वर तरी काय दिला आहे शंकरदेवांनी?

शंकरदेव : मृदुममान्य ज्याच्या मस्तकावर हात ठेवील, त्याचं भस्म होईल. त्यामुळे तो सगळं जग जिंकायला निघाला आहे.

इंद्रदेव : त्याला अमरत्व लाभलं आहे. आता तो त्रैलोक्याचा तिन्ही त्रिकाळ राजा होणार.

विष्णूदेव : ठीक आहे. आपल्याला यातून काहीतरी मार्ग काढायलाच हवा. तुम्ही पाहतच राहा. आता काय होते ते.

सर्व देव : विष्णूदेवा, चिंता मिटली. आपला विजय असो. (सगळे देव मागे जातात.)

मृदुममान्य : ('जितं मया'च्या आविर्भावात तलवार फिरवत नेहमीप्रमाणे आरडतओरडत प्रवेश करतो. तलवार थांबवून ऐटीत उभा राहतो. उन्मादाने मोठमोठ्याने हसतो. इतक्यात एक सुंदर स्त्री समोर येऊन उभी राहते. तिच्याकडे तो चकित होऊन पाहतो. नंतर आनंदाने

खळखळ हसतो आणि मऊ लोभस आवाजात म्हणतो) व्वा! व्वा! वाहवा! हे सुंदरी, त्रिभुवन सुंदरी. (सुंदरी खुशीने लाजत त्याच्याकडे पाहते.) त्रिभुवनात अशी सुंदर स्त्री नाही! (उन्मत्तपणे) मी मृदुममान्य. त्रिभुवनाचा राजा. शंकरदेवाच्या वराने अजिंक्य-अमरपद लाभलेला! (एकाएकी सुंदरीला) जगज्जेता मी मृदुममान्य, तुला मागणी घालतो. (ती त्याच्याकडे स्तब्ध होऊन पाहत असते, तेव्हा तो म्हणतो.) माळ घाल आणि माझ्याशी लग्न कर.

सुंदरी : (रागाने) उन्मत्त दैत्या, ते कदापि शक्य नाही.

मृदुममान्य : शंकरदेवाच्या वराची तुला कल्पना नाही! त्रैलोक्याचा मी पती अजिंक्य आहे. मला नाकारून तू वैर करते आहेस. देवांना पळता भुई थोडी झालीय. मी ज्याच्या डोक्यावर हात ठेवीन, त्याचं भस्म होईल. (उतावळा होत पुढे म्हणतो) माळ घाल, सुंदरी माळ घाल.

सुंदरी : ठीक आहे राजा. मी माळ घालीन; पण माझी एक अट आहे. माझी इच्छा आहे.

मृदुममान्य : (उत्सुकतेने) कोणती… कोणती अट? सांग तुझी इच्छा. तू सांगशील ती इच्छा पुरी करायला मी समर्थ आहे. तयार आहे.

सुंदरी : ऐक तर मग… मी इथे नाच करणार आहे. माझ्याबरोबर तू नाचलास तर ठीक.

मृदुममान्य : होऽऽ हो. अगदी बेशक!

सुंदरी : हंऽऽऽ एवढा उतावीळ होऊ नकोस. मी काय म्हणते ते नीट ऐक.

मृदुममान्य : ऐकतो… ऐकतो.

सुंदरी : ऐक. मी जशीजशी हालचाल करेन, तशीतशी तू करायचीस. (मृदुममान्य तयारी दाखवतो.) जरा जरी पाऊल चुकलं, जरा जरी ठेका चुकला, तर मग…"

मृदुममान्य : तर मग काय? सांग सांग सुंदरी सांग…

सुंदरी : सबुर. अजून ऐक. मी जसे हातवारे करीन, तसे करायचे. मी माझे हात जिथं-जिथं नेईन, तिथं-तिथं न्यायचे…

मृदुममान्य : अगदी बेशक!

सुंदरी : यात जरा जरी गफलत झाली, तरी…

मृदुममान्य : शंकाच नको.

सुंदरी : बघ हं. तुझा एक जरी पदन्यास चुकला, हातवारे चुकले; तर…

मृदुममान्य : (उत्सुकतेने) तर... तर काय?

सुंदरी : तर मी नाहीशी होईन.

मृदुममान्य : अशी कशी नाहीशी होशील? मला तू हवी आहेस. तुझ्यासाठी मी वेडापिसा झालो आहे. मी चुकेनच कसा? बघच तू!"

सुंदरी : बघ... करायची सुरुवात?

मृदुममान्य : बेशक. चल करू या सुरुवात.

(मृदुंग, झांज आणि घुंगूर यांच्या तालावर दोघेही नाचू लागतात. छुम् छुम् छुम् छुम् पावले पडतात. वर्तुळाकार फेर धरतात. स्वत:भोवती फिरतात. गिरक्या घेतात. उठतबसत, हात वर-खाली घेत फेरा धरतात. सुंदरी हातांच्या हालचाली जलदगतीने करावयास लागते. तिच्या वलयांकित हालचालींनी मंत्रमुग्ध होत मृदुममान्य ही तशा हालचाली करतो. शेवटी ती आपले दोन्ही हात आपल्या मस्तकावर घेते. मृदुममान्यही इतका दंग झालेला असतो, की त्याच्या नकळत तोही स्वत:चे हात आपल्या मस्तकावर घेतो आणि जळून खाक होतो. इथे खेळ्यांत डोक्यावर हात घेतो, तोच खेळ्यांमागे जातो. खेळे पूर्ववत म्हणणी म्हणतात.)

गांवकर : आई जगदंबा हो देवी जगदंबा हो देवी।

त्रिगुणी अवतार त्रिगुणी अवतार।

आहसी तिन्ही लोकी अससी तिन्ही लोकी।

नाना रूपे घेऊनी नाना रूपे घेऊनी।

अवतारसी संकटी अवतारसी संकटी।

महिषासुरमर्दिनी तू महिषासुरमर्दिनी।

गांवकर : (कथन) अग्निदेवाच्या वराने दैत्य रंभ उन्मत्त कसा झाला आहे.

खेळे : कोणेऽऽ गतीऽऽ

गांवकर : महिषी मोही असता रेड्याने त्याला ठार मारून त्याची चिता रचली, त्या जळत्या चितेतून महिषासुर नामक महाबळी प्रकट कसा झाला आहे.

खेळे : कोणेऽऽ गतीऽऽ

गांवकर : महाबलाढ्य तो राक्षस देवांनाही आटपेनासा झाला. देवांसकट तिन्ही लोकांस छळतो आणि पिडतो. कारणाशिवाय निरपराधी लोकांना ठार मारतो, त्याच्या या उच्छादाने लोक भयकंपित कसे झाले आहेत.

खेळे : कोणेऽऽ गतीऽऽ

गांवकर : सगळे लोक, देवसुद्धा जगदंबेचा धावा करताहेत. आता तू या संकटातून

सोडव म्हणताहेत, सर्व देव देवीला शक्ती, तेज आणि शस्त्रं देतो म्हणत पृथ्वी भयमुक्त कर असं सांगताहेत.

खेळे : *कोणेऽऽ गतीऽऽ*

गांवकर : माझी स्त्रीसेना गोळा करते, महिषासुरावर चाल करते आणि त्याचा नायनाट करते, देवी बोलते आहे.

खेळे : *कोणेऽऽ गतीऽऽ*

गांवकर : देवीच्या आव्हानाला महिषासुर हसून चेष्टा करतो, उर्मटपणानं तिलाच भेटीत बोलावतो. त्यावर देवी कोपिष्ट होऊन 'सरळ युद्धात भेटू, सिद्ध हो लढाईला', त्याला कशी म्हणते आहे.

खेळे : *कोणेऽऽ गतीऽऽ*

गांवकर : महिषासुर मवाळ होऊन गोडीत वार्ता करतो तेव्हा,
देवी रागाने खवळते, म्हणते 'बास कर तुझी नाटकं,
दुष्टा, नीचा, लोकांना किती छळलंस पीडलंस,
तू मातलायेस, भोग आता त्याची फळं
चल हो युद्धास तयार! कसं बोलते आहे.

खेळे : *कोणेऽऽ गतीऽऽ*

गांवकर : मनी काय ते समजून, लक्ष लक्ष सैन्य घेऊन राक्षस देवी सैन्याला भिडतो, तुंबळ युद्ध होतं. कित्येत मरतात. नऊ दिवस नऊ रात्री, तरी युद्ध आटपायला तयार नाही. दहाव्या दिवशी अंबा राक्षसावर हमला करते. रौद्र रूप धारण करून शेवटी अंबादेवी त्याला त्रिशूल तलवारीने ठार कशी करते आहे...

खेळे : *कोणेऽऽ गतीऽऽ*

गांवकर : जगन्माता देवीचा विजय झाला, तिन्ही लोक भयमुक्त झाले. देवांनी, लोकांनी अंबाबाईचा जयजयकार केला.
उदे उदे उदे गं अंबाबाई।
जगदंबा हो देवी, जगदंबा हो देवी॥
(एवढ्यात देवीभक्त स्त्री दोन हातांत दोन आरत्या आणि डोक्यावर आरत घेऊन गाणे म्हणत वाद्यांच्या तालावर नाचत येते. ती अशी काही हालचाली करते, की ज्योतिप्रकाश रेखा वलयांकित दिसते.)

स्त्री : (ती गाणे म्हणते. खेळे साथ देतात. ताल, ठेका देतात.)
आई रेणुके मूळ माया सुंदरी गेऽऽ।

देवी पावते गे, पावते नवसाला गेऽऽ हूंऽऽ।

शारदादेवी वीणावती, पावते नवसाला गऽऽ।

कुमजाई देवी गेऽऽ, पावते नवसालाऽऽ।

काळकाय देवी गेऽऽ, पावते नवसाला गंऽऽ।

त्रिमुखी आई गेऽऽ, पावशी गऽऽ पावशी नवसाला।

आई उदे उदे उदे उदे अंबाबाई गऽऽ।

आई रेणुके रेणुके मूळ माया सुंदरी गेऽऽ। (जाते.)

खेळे :   *जगदंबा हो देवी, जगदंबा हो देवीऽऽ॥*

(खेळ्यांची म्हणणी सुरू असतानाच 'ओऽऽ' असा आवाज देऊन (आम्ही येतोय सांगून) सोंग येते. म्हणणी थांबते. खांद्यावर घोंगडी घेतलेला शेतकरी नांगर घेऊन येतो. बैल म्हणून दोन मुलगे ओणवे करून, वरून चादरींच्या झुली टाकून ओणव्यानीच नांगर ओढतात, अशी कृती आणि नांगरधारी गाणे म्हणत पुढे येतो. गाण्याला खेळे टाळ, मृदुंगासहित साथ देतात. मोकळ्या जागी गोलगोल फिरत, नांगरणी करत गाणे गातात.)

आम्ही दैवाचे दैवाचे शेतकरी रे,

करू काम स्मरू नाम मुखी राम हरी रे।

धान्याची पेर झाली लक्ष्मीनं किरपा केली

मोत्यांची रास दिली।

शिवारी पीक डोले राजापरी रे

करू काम स्मरू नाम मुखी राम हरी रे।

आम्ही दैवाचे... शेतकरी रे

(गाणे सुरूच राहते... गाणे संपत येते तेव्हा)

गांवकर : अहो, शेतकरीदादा, काय लावणीबिवणी लावताव हाय काय?

दुसरा :   गाणं म्हणत चिखल करणं सुरू हाय न्हवं?

(शेतकरी बैलांना 'ओऽऽ होऽऽ होऽऽऽ होऽऽ' थांबा हो, थांबाऽऽ करत नांगर उभा करतो. त्याला ऐकू येत नसते. तरी समजल्यासारखे करत म्हणतो) गांवकरमामा, (बैलांच्या पाठीवर जोरदार थाप मारत) हा माझा बाळ्या, घरच्या गायचा पाडा, कसा वाढवलाय बघा! ल्हानाचा हा येवढा मोठा केला. (दुसऱ्या बैलाच्या पाठीवर जोरात थाप मारतो. बैल कातडी थरथरल्यासारखे करतो. आतूनच चादरीला चुन्या पाडत

खेचतो.) गेल्या आगोठीत घेतलाय बघा, कोंड्यातून. बघा कसा चटेरीपटेरी (त्याच्या पाठीवर जोरात रट्ट्या मारत) जांभळ्या माझा.

गांवकर : (शेतकरी भैरा आहे, हे ओळखून मोठ्या आवाजात म्हणतो) अहो, आमी लावण्येवर बोललो.

शेतकरी : पावोस झालाय तवा लावन् घ्यायचं म्हणतोय. (परत लुमणी हातात धरून बैलांना 'हंडड चला रे' म्हणत काठी मारल्यासारखे करत, गाणे म्हणत नांगरत राहतो.)

आम्ही दैवाचे दैवाचे शेतकरी रे...

(एवढ्यात परगावचा पावणा शेतकऱ्याला...)

पाहुणा : अवो शेतकरीदादा, अवो, पोचऱ्येत जायला रस्ता खयला?

शेतकरी : आता कुठं चिखलणी सुरू हाय. पावोस हांय तंवर श्येत लावायचंय.

पावणा : अवो, पोचऱ्ये गांवचा रस्ता (मोठ्याने) पोचऱ्येत कसा जांव खयला रस्ता.

गांवकर : अवंडड पाव्हणं, (कानाकडे बोट दाखवत भैरा आहे, असे खुणावत) त्यानला नाय ठावी वाट. अवो, तुमी असं असं जावा (बोट दाखवत) असं पुढं वाकणांत जावा आणि इचारा कुणाला तरी म्होरं.

दुसरा खेळा : बिब्बीचा मोडा हाय बघा पुढं.

पाव्हणा : बरं बरं. मलापण टायम होतोय, जातो इचारत.

खेळा : नाय तं काय, उगच ह्याला त्याला इचारत जाल... दोनपार व्हईल! जावा म्होरं.

(पाहुणा निरोप घेत निघून जातो. शेतकऱ्याचे गाणे म्हणत नांगरणे सुरू. एवढ्यात त्याचे म्हातारा-म्हातारी(आई-बाप) पुढे येत बाजूला उंचवठ्यावर घोंगडी पसरवून बसतात. वयाला साजेशा हालचाली. म्हातारा काठी आडवी ठेवून तंबाखू मळत.)

म्हातारा : (बायकोला) आता आल्यायस त्यासारखी बसून घे. बस, नसती बडबड करू नकोस!

म्हातारी : अवंडडड, भाकरतुकडा नाही म्हणलं मिनी!

म्हातारा : तो येवढा चिखल पाण्यात राबतोय, त्यास नक्को बोलूस हांडड काय सुदीक्.

म्हातारी : काय बोलतोय, त्याचं त्याला तरी समाजतंय काय? अवोडड, म्यां कशाला झोपा काडू? कामाला आलो नव्हं!

(एवढ्यात सूनबाई परडीतून भाकरतुकडा घेऊन येते. परडी डोक्यावरून उतरवत असता)

म्हातारी : (नवऱ्याला) अवंऽऽ कारभारी, आता गप बसा. सूनबाय आल्याय भाकरी घेऊन. खाऊन घ्या. (त्याला झिरमताना बघून) झोपताव काय, खा ना, घ्या. मंग पासल. (मग आडवे व्हा.)

सूनबाई : बगा, बगा! म्हातारी कशी वखवखलेली. दुष्काळातनं आल्याय जशी काय. (तिच्या पुढ्यात भाकरी ठेवत) खावा भाकर, आन मामंजींनापण घ्येवा.

म्हातारा : (खाण्यासाठी तयारीत) अग्ये, कारबारनी. पाणी घाल वायंच हातावर.

म्हातारी : मी नाय खात काय आदी तुमानलाच देताय.

सूनबाई : (भाकरीवर चटणी वाढत, म्हातारा आणखी वाढतेय काय बघत) वाढतां वाढतां दम खावा. (नवऱ्याकडे बघत) अवंऽऽ कारबारी, खावन् घेतांय ना.

शेतकरी : (बैलांना बाजूला घेऊन थांबवत) होऽऽ होऽऽ हं हंऽऽ उभे ऱ्हावाऽऽ (त्यांच्या तोंडावरच्या जाळ्या काढून त्यांच्यापुढे पाणी, गवत टाकताना बायकोला) आलो आलो सबूर नायच.

सूनबाय : (नवऱ्याला) अवोऽऽ या की आता.
(शेतकरी बादलीतून पाणी घेत हायपाय धुऊन येतो, म्हणून खुणा करतो.)

म्हातारी : (एका बाजूला म्हाताऱ्याला) अवोऽऽ खावा की.

सूनबाई : (लोकांना) बघा बघा खायला टायम झाला म्हणते; पण मी म्हणते, पोराबाळाचं करून टायम होयल नाय तऽऽ काय? (खेळ्यांकडे बघून) तुमीच सांगा आता गांवकरांनो, यांला.

गांवकर : व्हय. तेबी खरंय.

म्हातारी : (म्हाताऱ्याला, सुनेकडे बघत) अवोऽऽ बगा बगा, आपलं करायला लागताय... कशी किचकिच करतेय बघा.
(तेवढ्यात आणखी भाकरीचटणी वाढते. माघारी येत, गांवकरांना, मंडळींना म्हणते.)

सूनबाई : बघा गांवकरांनो, येवढं करून त्याव्रर पाणी. येवढी मी फानपटी उठते. दळान-कांदान करत्ये ना, हिकडं सगळं आवरून भाकरतुकडा घेऊन येत्ये, गडबडीनं ह्यांना येळेवर मिळावं म्हणून ना, तरी सासूबाय

म्हणत्यात कचकचतं म्हणून! (कपाळाला हात लावत) काय करावं या कर्माला? अवो (नवऱ्याला), भाकरी कचकचत्येय काय? (सासूकडे बोट दाखवत) ह्या म्हणत्यात आसंऽऽ येवढ्या पहाटंचं उठावं, दळान करावं, भाकऱ्या बडवाव्या, ना ऐकायचं हों! ते पाखरू गातं नं खरं हाय म्हनते मी, 'दळतां, कांडतां खिट् खिट् खिट्, श्येरभर वरपा येवढंच पीठ!' त्यातलीच ही गत. (नवऱ्याकडे बघते.)

शेतकरी नवरा : चटनी भाकरी घाल आणिक! मी काय रिकामा बसलोय? (शेताकडे बघत) ह्या येवढा चोंडा पाणी हायं तवर लावन घेतला का म्हणतो मी घोर मिटला.

सूनबाई : (त्याच्याकडे रागाने बघत) ह्यांचं काय आणिक येगळं, दावत्ये मी पाणी बैलांस्नी, खाऊन घ्या मुकाट्यानी. सगळ्यांचं ऐका, आमचं कुणी ऐकायचं? काय खरं नाय!

म्हातारी : (म्हाताऱ्याला) अवोऽऽ उठा की आता, बसल्येव काय रवंथ करत. कामाला लागा. पानसुपारी ठेवा बाजूला. त्ये राबत्यात ना, तुमी न्हावा झिरम काढीत.

(म्हातारा सुस्तीत असल्यासारखे घोंगडी सारखी करत आडवे होण्याच्या तयारीत.)

म्हातारी : अवंऽऽ सूनबाई, बगा कशी डोळे वटारून बघत्ये, नुसते खाण्याच्या कामाचे म्हणत्येय, ना तुमी आपले निजायच्या मागे.

म्हातारा : तू गप बस हो. निजू दे मना.

म्हातारी : बगा आता, घरनं कामाला आला ना आता म्हणतो निजतो. काय म्हणावं तरी.

म्हातारा : (एकदम तिरमिरीत उठतो. मंडळींपुढे आपली काठी ठोकत येतो. मग इकडेतिकडे रागाने अस्वस्थ होऊन चवताळून येरझाऱ्या घालत, डोळे वटारत बोलू लागतो) मंडळी, बगा बगा, कशी बोलतीय बायको. (एक-एक बोट मोडत) च्यायला मी चारचौघात बसणारा, उठणारा, सल्लामसलत करणारा, केवढा मान मला समाजात, आन ह्या...

गांवकर : अवो; पण झालं तरी काय असं चवताळायला?

म्हातारा : (चिडूनच) काय झालं? ते नाय म्हंजी येवढा तरी इच्चार होवा की नको? अवो मंडळी, अजून लोक येतात, विचारपूस करतात, एकांद्या गोष्टीत सल्ला विचारतात, माहिती घेतात. येवढा मी मोठा, चारचौघात

बसणारा, उठणारा, तालेवार (म्हातारीकडे रागाने बघत) नि बायको
म्हणते, हातरुणात मुततो! इज्जत घालवते. बघा बघा, टिंगलीनं
हसत्येय! शोभतं हिला?
(शेतकरी बाबांना समजावत बैल हाकतो.)

शेतकरी : *आमी दैवाचे दैवाचे शेतकरी रेऽऽ*

(खेळे तोंड लपवत हसतात.)

गांवकर : अवो, तसं नाय त्या म्हणत (समजावत).

(म्हातारा तरीही येरझाऱ्या घालत असताना)

सूनबाई : (गाठोडं वगैरे बांधून टोपलीत ठेवून टोपली डोक्यावर घेत) अवोऽऽ,
चालली म्यां घरला. ह्यांना बसू दे गोंधळ घालत.

शेतकरी : चिखलणी तर होत आली. (बैलांना) जांभळ्या, बाळ्या आपनबी जाऊ
आता येवढं नांगरून. (गाणे म्हणत) *आमी दैवाचे दैवाचे शेतकरी रेऽऽ*

(खेळे गाण्याला साथ देतात. शेतकरी मागे हात जोडत जातो, म्हातारा-
म्हातारीही चंबुगबाळं आवरून जातात.)

खेळे : (पालुपद) *यायरे जायरे राजभवना.*

(खेळ्यांची म्हणणी सुरू असताना खेळ्यांमागून येसकराच्या सोंगाचा
आवाज येतो. पाठोपाठ खाकी ड्रेसमधला आणि डोक्यावर मुसलमानी
उंच टोपी, काखोटीला गाठोडे आणि हातात तलवार अशा वेशातील
शिपाई प्रवेश करतो. गांवकर आणि खेळ्यांना 'वालेकुम सलाम,
वालेकुम सलाम' करतो. खेळेही वालेकुम सलाम करतात. नंतर 'काय
काम काढलंत' विचारतात.)

शिपाई : (काखोटीचे बोचके खाली ठेवून ते दाखवत म्हणतो) सरकारी बोजा है,
वो उठानेकु मंगताय.

गांवकर : सरकारी बोजा उठानेका हमारा काम नहीं है.

शिपाई : तो किसका काम है? हमे बताओ.

गांवकर : वोऽऽ बाबा धेड का काम है.

शिपाई : तो बुलाव उसको.

गांवकर : वोऽऽ भी हमारा काम नहीं है. आप बुलाओ.

शिपाई : कैसे बुलाऊं?

खेळा : साथ डालो उसको.

शिपाई : कैसा डालू साथ? ठीक है. क्या नाम है उसका? बताओ.

गांवकर : बाबा महार.

शिपाई : तो बुलाऊं मै?

गांवकर : बुलाओ. बुलाओ.

शिपाई : (वाकून, तोंडावर एका बाजूने हात घेत, हाक मारण्याच्या प्रयत्नात.) बऽऽ बऽऽ ब. (सुरुवातीला मोठ्या आवाजात) बऽऽ ब ब ब- बा बा बाऽऽ (दमल्यासारखा)

एक खेळा : (चेष्टेने) काय झालं? आटला दम?

शिपाई : (खेळ्यांना) नाय नाय नाय. गांवकरमामा, नही जमता. बुलाओ ना तुम.

गांवकर : (कानावर हात ठेवत तोंड बाजूला नेत) येसकर येसकर होऽऽ

शिपाई : तुमने हमकू फसाया. येसकर करके साद डाला.

येसकर : (खेळ्यांमागून) काय म्हणता हो गांवकरानु?

गांवकर : अरे हिकडं येऽऽ इरती (कामगिरी) आल्याय, लवकर ये बाबा.

येसकर : आलो आलो. अवो; पण काम काय हाये सांगाल का नाय?

गांवकर : सरकारी बोजा आहे. उठानेका है।

येसकर : (आतूनच) अरे, हमारा बोजा उठा नहीं सकता, तो उसका बोजा कैसे उठाऊं?

शिपाई : (खेळ्याला) उसके पास बोजा है? काय का बोजा है?

खेळा : ते आमाला काय ठाऊक? विचारा त्यालाच.

गांवकर : येसकर, येसकर. आधी ये तर खरा. शिपाई बुलाता है।

शिपाई : (रागावून) गांवकरमामा, मुझे फसाया। तुमने अच्छा नहीं किया। मुझे फसाया।

गांवकर : (अचंबित होऊन) हमने क्या फसाया?

शिपाई : तुम झूट बोलते. आप 'येसकर येसकर' साद डाला और हमको 'बाबा धेड' करके बोले.

एक खेळा : शिपाईदादा, बाबा उसका नाम है और वह येसकर का काम करताय।

शिपाई : (तरीही पुन्हा) तुमने हमको फसाया।

गांवकर : (आठवल्यासारखं करत) येसकर बाबाऽऽ (स्वगत - येतोय कधी?) येसकर बाबा हो, शिपाई बुलते है।

येसकर : (ढोपरापर्यंत धोतर नेसलेला, अंगात कोपरी, डोक्याला मुंडासे, हातात काठी. धोतराच्या शेवात नारळ गुंडाळून बांधलेला. गाणे म्हणत हावभाव करत येतो. गाण्याला खेळे साथ देतात.)

मी तो आलो येसकर

बोंबलू नको लेका बसकर

शिपाय आला कुटून ?

त्याला लावा पिट्टून

त्यांच्या खांद्यात भाकर कुसकर

मी तो आलो येसकर

बोंबलू नको लेका बसकर

बाबा : (खेळ्यांना मुजरा करत भजनी चालीवर गाणे म्हणतो. खेळे साथ देतात.)

जोहार मायबाप जोहार…

(संपूर्ण गाणे म्हणून झाल्यावर, खाली झुकून म्हणतो)

जोहार मायबाप जोहार…

खेळे : *जोहार ! राम राम ! राम राम !*

गांवकर : (येसकराला शिपायाची ओळख करून देत) हे सरकारी शिपाई आलेले आहेत. त्यांचा बोजा उचलायचाय.

बाबा येसकर : अवो, माझा बोजा मला भारी झालाय. तो मी यांचा बोजा कसा उचलणार ?

शिपाई : (नवलाईने त्याला) तुम्हारे पास बोजा है ? (त्याला निरखून बघतो.)

येसकर : (त्याच्याकडे हसतहसत बघताना त्याची नजर खाली वळते.) शिपाईबोवा, राम राम, जोहार !

शिपाई : (हसू लपवत, नजर वळवत) सलाम वालेकुम ! देखो भाय (बोजाकडे बोट दाखवत) यह सरकारी बोजा उठानेकु मंगताय.

येसकर : शिपाईबोवा, माझी पाळी खतम. आता बया धेडणीची पाळी हाय.

शिपाई : वह बयाबाई मैं नही जानता. सरकारी बोजा उठानेका है. तुम्हारी ड्युटी है.

येसकर : ड्युटी है, लेकिन अभी नहीं. वह अभी बया बाईकी है.

शिपाई : (गांवकरांकडे बघून) क्या बोलता है ये ? सच, बयाबाई का है ?

गांवकर : हां हां शिपाईबोवा, यह महिने मे (येसकराकडे बघत) उसकी पाळी है.

येसकर : तो पहिले क्यो नहीं बोला ?

खेळा : आता आम्हाला काय माहीत त्यांच्या पाळ्या ?

येसकर : (शिपायाकडे बघत) उसकी पाळी है.

शिपाई : तो उसको बुलाओ.

येसकर : मैं कैसे बुलाऊं? तुम्हारा काम है।

शिपाई : (गांवकरला) क्या मैं बुलाऊं? मैं साद डालूं उसको? क्या नाम बोला उसका?

खेळा : बया धेडीण.

शिपाई : अच्छा, तो साद डालता हूं. क्या? बया? (गालफडावर हात ठेवून, वाकत आवाज देतो) बऽऽ बऽऽ बऽऽ बऽऽ बया, बया, बयाऽऽऽ

खेळा : (चेष्टा करत) ब ब ब काय, हाक नाय...

शिपाई : अच्छा, (मोठ्याने हाक मारायला जातो.) ब बऽऽ बऽऽ ब! (आवाज मोठा होत नाही, तसा म्हणतो) गांवकरमामा, नहीं जमता. तुम डालो साद.

गांवकर : ठीक है. (तोंड बाजूला वळवत, कानावर हात घेत) बया धेडीण हो, ओ बया!

बया : (खेळ्यांमागून लांबून) काय म्हणतो जी वोऽऽ गांवकरमामा?

गांवकर : (मोठ्याने) अग्ये, सरकारी शिपाई आलाय. त्याचा बोजा उठानेका है.

बया : (आतून मोठ्यानेच) अवोऽऽ! माझाच बोजा सावरेना, तर त्याचा कुठून उचलू?

शिपाई : (गांवकराला) उसके पास भी बोजा है?

गांवकर : हां हां. होयगा उसके पास भी।

शिपाई : तो मेरा बोजा कैसा उठायेगी?

खेळा : ती आली, की विचारा तिला.

गांवकर : अग बया, ये लवकर...

बया : (आतून 'येते येते' करते. नऊवारी लुगडे नेसलेली, साजेसे दागिने घातलेली, अशी तरुण बाई बाहेर येते.) गांवकरांनो, राम राम! काय म्हणता, कुठाय तुमचा शिपाईबुवा?

शिपाई : हां, मैं इधर है. (बोचक्याकडे बघत) ये सरकारी बोजा उठानेकु मंगताय।

बया : शिपाईबुवा, हे माझं काम नाही. (एक बाबा बाजूला उभा असतो. त्याच्याकडे बोट दाखवत) हे या या बाबाचं काम हाय!

शिपाई : (त्या बाबाकडे प्रश्नार्थक नजरेने बघतो) क्या बोलतीय?

बाबा : शिपाईबुवा, माझी पाळी गेल्या महिन्यात संपली. मघाशीच सांगितलं. (बयाकडे बघत) या या बयाची पाळी हाय आता. (शिपाई तिच्याकडे बघतो.)

बया : नाही शिपाईबुवा, या या बाबाची हाय.

शिपाई : (बाबाकडे बघतो. परत तिच्याकडे बघतो.) सच बोलो, किसकी पाळी है?

बाबा : शिपाईबुवा, या या बाईची पाळी हाय. माझी नाय.

बया : शिपाईबुवा, याच्या लक्षात नाय. कामाचं हा विसरतो.

बाबा : शिपाईबुवा, मी नाय. ही काम टाळती.

शिपाई : (शिपाई दोघांकडेही हतबुद्ध होऊन बघतो. मग गांवकराकडे प्रश्नार्थक बघतो.) गांवकरमामा, काय म्हणायचं यांना?

गांवकर : ते तुम्हीच बघा आता.

बाबा : माझी नाय शिपाईबुवा. या या खोटारडीची हाय.

शिपाई : तोबा तोबा! अरे, तुम्हारे झगडे में हमारा काम कैसा होगा? तोबा तोबा.

बया : शिपाईबुवा, या भोंगाड्याची पाळी हाय. माझी नाय.

बाबा येसकर : शिपाईबुवा, पाळी या भोंगाळींची हाय.

शिपाई : (उद्वेगाने) अरे, तुम ध्यान मे नही रखते तुम्हारी पाळी? तोबा तोबा.

बाबा : या या भोंगाळणीची पाळी हाय. मला ईचारा, हिचे काय धंदे चाललेले असत्यात ते.

बया : शिपाईबुवा, या रेड्याची पाळी हाय. रेड्याची.

शिपाई : (त्याच्याकडे बघत, तोंडावर हात मारून बोंब मारतो. बाबाला चिडवत) बाबा, बाबा ये क्या बोली, क्या बोली तुमको?

बाबा : शिपाईबुवा, तिला सरळ भाषा नाय कळत. (गाणे म्हणतो.)
अग नारी, नारी गऽऽ

आज सण हाय, गुढीपाडव्याचा

गुढीला दांडा सायाचा गऽऽ सायाचाऽऽ

ना मी तुझ्या घरी येयाचा गऽऽ येयाचा

आज बेत पुरणपोळीचा गऽऽ पुरणपोळीचा

मी तुझ्या घरी येयाचा ना

गुलुगुलु बोलत पोळी खायाचा गऽऽ

गऽऽ पुरणपोळी खायाचा खायाचा

नारी गऽऽ नारी गऽऽ

(येसकर कमरेवर थाप मारत असा नाचत राहतो. शिपाईही त्याच्या नाचाकडे वरखाली बघत राहतो. बयाकडे 'कशी जिरली' या भावनेने

बघत राहतो.)

बया : *शिपाईबुवा, ऐका.*

नाही कामधंदा याला

आईबापानं नाद याचा सोडला, आठमूठ कळे ना याला

रेडा पखालीचा मातला, पोरीबाळी घाबरती याला

याला बांधा खांबाला, खांबाला। बांधा खांबाला, खांबाऽऽला॥

खेळे : *बांधा खांबालाऽऽ बांधा खांबाला खांबालाऽऽ।*

शिपाई : *(बाबाकडे चेष्टेने बघत त्याला हिणवतो.)* छा छा छा छा! फुस्स...

तुझी!

बहोत बुरा... बहोत बुरा. क्या बोलती है वह! फुकट तुम, फुकट!

येसकर : *शिपाईबुवा, तुम्हाला माहीत नाही, ही बया काय दिवे लावते.*

अहो, खेडेगावामधी असली रांड ही

खेडेगावामधी असली

...पाहा पाठीची गेली सालं

नाही कुणाची धास्ती रांडेला या

नाही कुणाची धास्ती...

(शिपाई नवलाने दोघांकडेही पाहतो.)

येसकर : *अहो, सोडुनी नवरा धरुनी सोयरा*

भल्याभल्याशी करी मस्ती

यऽऽ जीऽऽ यऽऽ जीऽऽ यऽऽ जी

(तसाच कुल्ले थोपटत नाचतो.)

खेळे : *यऽऽ जीऽऽ यऽऽ जी, यऽऽ जीऽऽ*

बया : शिपायबुवा, त्याच्याकडं काय बघता? त्याला नाय लाजलज्जा उकिरडे फुंकत असतो गांवभर हिंडत. त्याच्या तोंडाला कोण लागंऽऽल?

बाबा : कोण म्हणजे काय? तू!

बया : येड लागलंय त्याला. शिपाईबुवा, तुमी आपले याऽऽ इकडं बसा.

(त्याला खाली बसवते आणि स्वतः त्याच्या पुढ्यात बसते, लाडीगोडी लावत.) किती चांगले. शिपाईबुवा, तुमी लय चांगले हाय. *(त्याच्या गालाला हात लावते, तसा शिपाई 'तोबा तोबा' करत मागेमागे हटतो. ती पुढे होत त्याला लाडीगोडी लावत गाणे म्हणते.)*

अहो शिपाईबुवा

मी येते तुमच्या गावा

मला जीव लावा।

(येसकर त्याच्या पाठीला गुडघा लावून, तिच्या अंगावर ढकलत चेष्टामस्करी करतो.)

मला जीव लावा।

(शिपाई 'तोबा... तोबा' करत मागे मागे हटतो; पण त्याला येसकर तसे करू देत नाही. बया गाणे म्हणतच असते.)

शिपायाला घेते बाय तोडा,

बरा हाय जोडा।

खेळे : (तिच्याबरोबर) *अहो, शिपाईबुवा,*

मला जीव लावा, मला जीव लावा।

मी येते तुमच्या गांवा।

(बया लाडीगोडी लावते.)

शिपाई : (शिपाई 'तोबा तोबा' करत मागे हटतो. गाणे सुरूच असते. ताडकन उठत तो म्हणतो) छा छा! छा छा! नहीं जमेगा. (अधिकाराच्या आवाजात) सरकारी काम है. बोजा उठाव पेहले.

बया : (शिपायाला दूर लोटत, उसळून हेटाळणी करत एकदम गाणे म्हणते.)
अरे घुबडतोंड्या मला दिसतोस गांड्या।

येसकर : (त्याला चिडवत गाण्याला साथ देत)
अरे, मला दिसतोस गांड्या।

कशी, कशी! मला दिसतोस गांड्या।

बया : (शिपायाला) अरे, घुबडतोंड्या (त्याला ढकलत पुढे होत, गाणे म्हणत, जाते निघून)

येसकर : (त्याला चिडवत) 'शिपाईबुवाऽऽ'

शिपाई : बंद करो ये तमाशा. हमारा काम जैसा की, वैसा ही पडा है. कौन करेगा?

गांवकर : (बाबाकडे बघत) सरकारी काम हाय. टायमात व्हायला पाह्यजे.

बाबा येसकर : शिपाईबुवा, काम व्हईल; पण अडचण हाय.

शिपाई : आता कायकी अडचण? तुमने सगळा घोळ किया. बताओ जल्दी जल्दी, क्या है अडचण?

येसकर : बोजा नेता येईल; पण मी नाय उचलायचा.

शिपाई : मग, कौन उठायेगा?

येसकर : हां हां घुस्सा नको करू. एक मार्ग है।

शिपाई : बताओ, बताओ, कौनसा मार्ग?

बाबा : आगे देखो, रास्ते में जंगल है। जंगल मे डाकू-लुटेरे होते है। मेरेकु वे पयचानते, लेकिन तुम इस मुलुकके नहीं।

येसकर : वे तुमको परदेसी समझकर मारपीट करेंगे; जो कुछ आपके पास होगा वो लूटकर लेंगे. तुम ऐसा करो, तुम येसकर बनो और में शिपाई बनेगा. बोजा तो तुमको उठानेकु पडेगा।

शिपाई : ऐसा कैसा, ऐसा कैसा? मैं क्या येसकर बनूं, और तू शिपाई? तोबा... तोबा.

येसकर : नही तो चलो, हमे क्या. तुमको कुछ होना नही चाहिये. मेरा क्या... चोर, लुटारू सामने आयेंगे तो तुम सामना करो, मुझे क्या.

गांवकर : शिपाईबुवा, सरकारी काम व्हायला हवं!

शिपाई : नाविलाज है। क्या करेगा? बखत पडे बाका तो गधेकू कहेना पडता है काका। क्या?

येसकर : (घाई करत) चलो, चलो, चलो. कपडा बदलना चाहिये।

शिपाई : कपडे का क्या करेगा? (अंगरखा काढायला जातो, तो)

येसकर : सब कपडा बदलने का नही. (स्वतःचे धोतर पायघोळ करत, डोक्यावरचे मुंडासे त्याला देत, तुम्हारी टोपी मुझे देव, ये मुंडासे लेव म्हणतो.)

शिपाई : (येसकर बाबाने सांगितलेले करून पुढे विचारतो) अभी क्या करू?

येसकर : तलवार देव हमारे पास और यह मेरी लाठी तुम पकडो. बोजा उठाके डोस्केपर रखो. पँट गुंडाळो घुटनेतक.

शिपाई : (येसकर सांगतो, तसे केल्यावर) तोबा तोबा.

येसकर : (पुढे होत) मरे पीछे आव. हां चलो संभालकर- नीट.
(शिपाई बोजा उचलून डोक्यावर घेतो. हातात काठी घेऊन चालतो.)

शिपाई : ऐसा कैसा हुआ? (शरमतो) सब उलटा हो गया।

येसकर : (गाणे म्हणतो.)

असे कसे हो झाले

उलटे गळ्यामधी आले।

आधी होतो मी म्हार आता झालो शिपाय।

दोघेही : (गाणे म्हणतात.)

असे कसे हो झाले

उलटे गळ्यामधी आले॥

शिपाई : पयले होतो शिपाय

आता झालो मी महार।

दोघेही : असे कसे हो झाले उलटे गळ्यामधी आले।

खेळे : असे कसे हो झाले उलटे गळ्यामधी आले।

(गाणे म्हणत असतानाच खेळ्यांमागे जातात.)

खेळे : येता भला एक जाता भला।

येता भला एक जाता भला।

(चाल बदलत) चइत्र वैशाख, चइत्र वैशाख।

(खेळ्यांमागून 'ओऽऽ' आवाज येतो. भटजींचे सोंग येते. भटजी धोतर नेसलेले, अंगात कोपरी, खांद्यावर उपरणे, डोक्याला पागोटे, काखोटीला बोचके, हातात तांब्या, दुसऱ्या हातात काठी. कपाळावर दुबोटी आडवे गंध अशा वेशात असलेले भटजीबुवा गाणे म्हणत, नाचत येतात.)

भटजी : इनमन कापडी निर्मल गाव।

जातीच्या ब्राह्मणा रामेश्वर पाव।

खेळे : (त्याच चालीत) इनमन कापडी निर्मल गाव।

जातीच्या बामणा रामेश्वर पाव।

(खेळ्यांचे झाल्यावर भटजी काठीला टेकत, इकडेतिकडे बघत, खेळ्यांकडे प्रश्नार्थक बघत असताना)

गांवकर : राम राम, भटजीबुवा राम राम.

भटजी : राम राम (इकडेतिकडे बघत बाकीच्यांना) नमस्कार, नमस्कार मंडळी.

गांवकर : आपण कोण, कुठले? कुठं जायचंय?

खेळा : काही ओळख?

भटजी : अरे होऽऽ हो. एकावेळी किती प्रश्न?

खेळा : तसं नाय भटजीनु. आपली इचारपूस करायला...

भटजी : आम्ही कापडी ब्राह्मण. देवाच्या दर्शनाला चाललोयत. म्हटलं तर जत्रा, उत्सवपण. (इकडेतिकडे बघत) गांवकरानो, इथं कुठं निवांत जागा आहे काय हो? चालून चालून पायात गोळे आलेत.

गांवकर : अहो, हाय ना. इथं बाजूला पडा वाऱ्यावर.

खेळा : (हाताने दाखवत) त्या तिकडे पाणीबी हाय. चांगले हातपाय धोवा.

भटजी : बरं हाय मग. अंघोळपांघोळ करून मग आराम करीन म्हणतो.

गांवकर : इस्नानबिस्नान करा. खावापिवा, मग पडा थोडं. आराम होईल.

भटजी : (हातातली काठी बाजूला आडवी ठेवतो. एकुणी) बरं तर. (बोचके ठेवता ठेवता) बालडी हवी होती. (मागून बादली, तांब्या कुणीतरी पुढे आणून ठेवते.) वाऽऽ वाऽऽ झकास. (बोचके सोडतो. टॉवेल वगैरे काढतो. कोपरी काढून ठेवतो, उपरणे ठेवतो. गळ्यातले केळीच्या सोपाचे जानवे फिरवत, मग बादलीतून तांब्याने अंगावर पाणी घेण्याचे हावभाव करत, गाणे म्हणत अंघोळ करत असताना)
अंघोळ करी भट नारायण।

खेळे : *अंघोळ करी भट नारायण।*
(एकुणी अंग चोळल्याची, जानवे सारखे करून मंत्र म्हणल्याची कृती करतो. धोतर पायघोळ करत नेसल्याची कृती करत म्हणतो)

भटजी : *ओम् यम यम् तत्तस् तस्स*
ओम् भुर्वहा भुरवहा
त त तस् तस् तस् (असे काही पुटपुटत, जानवे सारखे करत) अंघोळ झाली. गांवकर, आता पूजा करतो. (मग उकिडवा बसतो. पाश्र्वभाग जमिनीवर गोल गोल फिरवत गाणे म्हणतो.)
गंध उगाळितो भट नारायण।

खेळे : *गंध उगाळितो भट नारायण।*

भटजी : (गंध हाताने निपटून घेतो. कपाळाला आडवे लावतो. मग बावशांना, छातीला वगैरे लावतो. बोचक्यातली देवीची मूर्ती काढून पुढे ठेवतो. पूजा करण्याची क्रिया करत मंत्र पुटपुटत हात जोडतो.)
(गाणे) *पूजा करितो भट नारायण।*

खेळे : *पूजा करितो भट नारायण।*

भटजी : (पूजा झाल्यावर लागलीच बोचके उघडून डबा काढतो. खात बसतो. मग) गांवकरानो, या जेवायला.

गांवकर : आरामशीर जेवा.

दुसरा खेळा : (चेष्टेने) अर्ध खाल्ल्यावर म्हणतात काय? बघा तरी.
(भटजी खाता-खाताच अंग शिवळायला लागतो. उठतो. अंग घुसळतो.)

गांवकर : (त्याची अवस्था बघून) जा, जा. त्या बाजूला कोपऱ्यात आडोशाला.

भटजी : (अंग शिवळावत, तांब्या उचलतो.) नाय थांबवत. (गांवकर हात

दाखवत, जा तिकडे सुचवत असताना काष्टी सोडत, घाईने एका कोपऱ्यात बायका-पोरांकडे पाठ करत बसतो. बायका माना वळवतात. पोरेटोरे नाक धरतात. थोड्या वेळाने भटजी धुतल्याची कृती करत उठतो. काष्टी खोचत खोचत येतो.) सुटलो!

(परत जेवायला बसतो. परत तीच अवस्था.)

एक खेळा : (स्वगत) एवढं खायला कुणी सांगितलंन्! अपचन होईपर्यंत. पोटाला तडस लागेपर्यंत.

गांवकर : भटजीबुवा, अजीर्ण झालं का?

एक पोरगं : भटजीनु, आमानला द्यायचा होता थोडा थालीपीठाचा नमुना! बघू दे कसं हायतं.

भटजी : (कानाडोळा करतो.) अजून खूप पल्ला गाठायचाय! (मोठ्याने ढेकर देतो. दिशा बदलून खात बसतो.)

दुसरा खेळा : (मिस्कीलपणे) सावकाश जेवा भटजीनु.

भटजी : (पुन्हा एकदा समाधानाने ढेकर देतो. नंतर बाजूलाच चुळा वगैरे भरत हात-तोंड धुतो.) गांवकरानो, (एकुणी डबा वगैरे आवरतो. कोपरी घालतो. बोचके बांधून उशाशी ठेवतो. उपरणे अंथरतो. त्यावर झोपतो. धोतराचा सोगा अंगावर घेत) वामुकक्षी करतो आता, बरं का गांवकर.

एक खेळा : खुशाल झोपा.

(तोवर उशाकडील बोचक्याला डोके टेकवत झोपतो आणि ढाराढूर होऊन घोरायलाही लागतो.)

खेळे : (म्हणणी सुरू) *बामण बैसले तपाला हो,*
ऋषी बैसले तपाला ।

(एवढ्यात काळ्या पोशाखातला, तोंडावर बुरखा घेतलेला माणूस दबकत दबकत प्रवेश करतो. इकडेतिकडे सावधगिरीने बघतो आणि भटजी गाढ झोपलेला पाहून चलाखीने बोचके घेतो आणि पळ काढतो. खेळ्यांची म्हणणी सुरूच... भटजी आपोआप खडबडून जागा होतो. इकडेतिकडे आळोखेपिळोखे देत उशाकडे बघतो, तर बोचके दिसत नाही.)

भटजी : (गडबडून गेल्यासारखा होत) अहो, अहो गांवकर, माझं बोचकं कुठाय?

(खेळे म्हणणी बंद करतात.)

खेळा : आमानला नाय बुवा म्हायत. आमी आपले आमच्या नादात गुंतलेलो.

गांवकर : न्हेलन कुणी बोचकं?

भटजी : (तावाने उठतो. कपडे सारखे करतो, कमरेला उपरणी बांधत इकडेतिकडे
अस्वस्थ फेऱ्या मारतो. कमरेचे उपरणे घट्ट करत, फिरत) असा सोडायचा
नाय, लावतो त्याला ओकायला! माझे फोडणीचे पोहे, थालीपीठ, माझी
शिदोरी, त्याला पचेल काय? माझी इतर चीजवस्तू?

एक खेळा : (चिंतित होऊन) आता काय करणार?

गांवकर : (धीर देत) भटजीबुवा, नका काळजी करू. सापडेल चोर.

भटजी : कसा नाय सापडत? आणतो त्याला पायाशी. बघाच आता. (मंत्र
म्हणायला लागतो.)
'ओम् यम् यम् यम् यम् ओम् तत तस तस तस!' (चारी दिशांना तांदूळ
फेकत गाणे म्हणतो.)
दिशा भारी भट नारायण।

खेळे : *दिशा भारी भट नारायण।*

भटजी : (परत हातात तांदूळ घेत, तोंडाने पुटपुटत नंतर) *चोरट्याला भारितो भट
नारायण।*

खेळे : *चोरट्याला भारितो भट नारायण।*
(दरम्यान चोर येऊन मध्यभागी पडतो.)

भटजी : (तावातावाने त्याच्याकडे हात करत) *चोरट्याला भारितो भट नारायण।*
(त्याच्या अंगावर तांदूळ टाकतो.)

खेळे : *चोरट्याला भारितो भट नारायण।*

भटजी : (मूच्छिर्त होऊन पडलेल्या त्या माणसाला बघून खूश होत) अरे
हरामखोरा, माझे फोडणीचे पोहे, थालीपीठ खातोस काय? बघ आता
तुझी कशी वाट लावतो. (खेळे गाणे म्हणत असतात - ऐशी की तैशी
करतो.) खाताना मजा आली ना? भोग आता! (त्याच्या पोटावर बसून
त्याला घुसळवत) अरे हरामखोरा, माझं बोचकं चोरतोस काय? भोग
आता फळं.
(तेवढ्यात खेळ्यांमागून एक बाई येते. खेळ्यांकडे बघून म्हणते)

बाई : काय हो गांवकरमामा, माझा भिल कुठं दिसला काय? घरला आला
नाय.

खेळा : आता आमानला काय ठावं?

गांवकर : त्यानं आता चोरी-बिरी केली असली...

बाई : छे छे, काय तरी काय?

गांवकर : एक माणूस बुरखा घालून बेशुद् पडलाय, बघा तिकडं. भटजीबुवा पोटावर बसून कुबलतायत त्याला.

बाई : तो कशावरून असंल? माझा नवरा नाय बुवा चोरीबिरी करणार!

गांवकर : जाऊन बघा तरी.

खेळा : कुणाचा काय भरवसा देता येतो काय?

बाई : (त्यांच्याजवळ जाऊन बघते. भटजींना उदेशून,) अहो, असं कुबलताय काय त्याला?

भटजी : (तिच्याकडे प्रश्नार्थक मुद्रेने) तू कोण? त्याची साथीदारीण काय?

बाई : कोण का असंना? माणूस हाय ना तो?

भटजी : माझं बोचकं चोरताना कुठं गेला होता त्यातला माणूस?

बाई : (निरखून बघत) म्हणून काय झालं?

भटजी : (उठतो आणि रागाने फणफणत फेऱ्या मारत) माझे फोडणीचे पोहे, थालीपीठ, माझे कपडे, चीजवस्तू? बघ माझं बोचकं अजून त्याच्याच हातात आहे. बघ खात्री करून. (हातवारे करत) बघ त्याचा म्होरा बघ.

बाई : (त्याच्या तोंडावरील वस्त्र बाजूला करत, नवलाईने) अवो, माझा भिलजीच की हो हा! (कळवळते.) कुठून अवदसा आठवली तुला राजा? (कळकळीने भटजीला) अवो भटजीबुवा, पाया पडते मी तुमच्या. (बोचके काढून भटजीपुढे धरते.) हे घ्या तुमचं गाठोडं. सोडा की वो त्याला.

भटजी : (रागाने येरझाऱ्या घालत जोरात येऊन) फोडणीचे पोहे, थालीपीठ कुठायत? कपडे अन् बाकी चीजवस्तू काढ सगळं.

बाई : अवो, खाण्याचं काय घेऊन बसलात. बाकी हाय सगळं बघा.

भटजी : ते काय नाय. यानं चोरी केलीय, याला पोलिसांतच देतो.

बाई : नका नका. असं नका करू? एकदा माफ करा.

भटजी : ते काय नाय! शिक्षा ही व्हायलाच हवी. नाहीतर तो सोकवेल. शिक्षा म्हणजे शिक्षा!

बाई : सोडा ना ओ त्याला, पुन्हा नाय करणार.

भटजी : नाय म्हणजे नाय. पोलिसांत जातो. (उपरणे करकचून कमरेला बांधत, येरझाऱ्या घालत) नाय जमणार! (ठासून म्हणतात) जमणार नाही.

बाई : भटजी ऐका, दहा मोहरा देते तुमानला.
(गाणे म्हणते. भिलच्या दोन्ही अंगाला दोघे उभे राहतात. डावीकडे-
उजवीकडे नाचत)
दहा मोहरा देते बिरामणा।
माझा भिलाजी उठीव रे म्हाराजा।

खेळे : *दहा मोहरा देते बिरामणा।*
माझा भिलाजी उठीव रे म्हाराजा।

भटजी : (निग्रहाने) नाही जमणार! (येरझाऱ्या सुरूच) ऊंऽऽ हूं.

बाई : भटजी, असं काय करता? अजून काय देऊ? (विचार करून) पायाचे
तोडे देते बिरामणा,
माझा भिलजी उठीव रे म्हाराजा।

खेळे : *पायाचे तोडे देते बिरामणा।*
माझा भिलजी उठीव रे म्हाराजा।

भटजी : नकोत मला तुझे तोडे.

बाई : भडजी, अवो भडजी...

भटजी : (हाव सुटते.) भडजीचा धर लडजी! जमणार नाही.

बाई : काय करावं बाई? (विचार करून परत गाणे)
मोत्याचा हार मी देते बिरामणा।
माझा भिलजी उठीव रे म्हाराजा।

खेळे : *मोत्याचा हार मी देते बिरामणा।*
माझा भिलजी उठीव रे म्हाराजा।

भटजी : नाही म्हणजे नाही. त्रिवार नाही! हूं!

बाई : (हतबुद्ध होत) आता मी काय करू? गांवकरमामा, तुमीच सांगा आता.

भटजी : त्यांना कशाला विचारतेस? बोचकं माझं चोरलं ना!

बाई : अवो; पण दिलं ना? आन देतेय ना काय काय...

भटजी : गुन्ह्याला शिक्षा व्हायलाच हवी. हऽऽट

बाई : (चिडून) अरे बामणा!

भटजी : बामणा धर चोमणा.

बाई : शी शी... भलतीच हाव सुटलीय. (नाईलाजाने गाणे) अर्धी अस्तुरी होते
बिरामणा
माझा भिलजी उठीव रे बिरामणा। (भटजी खूश)

खेळे : *अर्धी अस्तुरी होते बिरामणा*
माझा भिलजी उठीव रे बिरामणा।

भटजी : नाहीच जमणार.

बाई : (रागाने) अरे भटा...

भटजी : भटाचा धर...

(सगळेच अचंब्यात. खेळे संवाद ऐकून हसतात, पण आता काय?
एकमेकांकडे प्रश्नार्थक बघत बसतात.)

खेळा : बाई, आता काय करणार, भटजी ऐकत नाहीत.

गांवकर : अवो भटजीबुवा, काय तरी विचार करा. काढा एकदाचा तोडगा.

भटजी : पडू दे असाच. मला काय? गांवकर, नाही जमणार समजवा तिला.
माझा एवढा वेळ वाया गेला, मी काय मोकळा आहे? नियम म्हणजे
नियम! कायदा म्हणजे कायदा!

बाई : (वैतागून कृतक कोपाने) *पुरी अस्तुरी होते बिरामणा.* (एवढ्याने खुशीत
येऊन तिचा हात हातात घेतो आणि नाचायला लागतो.) *पुरी अस्तुरी*
होते बिरामणा।
माझा भिलजी उठीव रे म्हाराजा।

भटजी : (खेळ्यांकडे खुशीने ऐटीत बघत नाचतो.) *तुझा भिलजी उठीवतो गेऽऽ*
बाई।

खेळे : *तुझा भिलजी उठीवतो गे बाई।*
(नाचता-नाचता चोराचा हात धरून त्याला उठवत, बोचके उचलून घेत,
हातात हात पकडत तिघेही मागे जातात.)

खेळे : *येता भला एक जाता भला।*
येता भला एक जाता भला।
(चाल बदलत) *फुलबागेला आला बहार सख्या।*
फळझाडांना आला बहार।
आंब्या-फणसांना झाला भार सख्या।
आंब्या-फणसांना झाला भार।
धरणीमातेला आला साज नवा।
धरणीमातेला आला साज।
नाही वाऱ्याला मुळीही थार सख्या,
नाही वाऱ्याला मुळीही थार।

गृहस्थ : (खेळ्यांमागून सोंगाचा आवाज. म्हणणी थांबतात. एक मध्यमवयीन गृहस्थ प्रवेशतो. धोतर किंवा लेंगा नेसलेला, अंगात सदरा, खांद्यावर उपरणे, डोक्यावर टोपी, हातात साधी पिशवी अशा वेशात. गांवकराला उद्देशून) राम राम, राम राम गांवकरानो.

गांवकर आणि खेळे : राम राम. राम राम. काय काम काढलंय भाऊ?

गृहस्थ : झालंय असं मामा, आमची एवढीशी, नाजुकशी, नाजूक साजुकशी मुलगी हरवलीय हो.

गांवकर : अशी कशी हरवेल हो.

गृहस्थ : (शोकाकुल, चिंतेत) कुठं गेली हो, ही मुलगी? साजिरीगोजिरी माझी मुलगी पळालीय.

गांवकर : अवो, पळाली कशी? अशी कशी जाईल ती?

गृहस्थ : लग्न झालेली मुलगी. लाडाकोडातली! गोजरं म्हणतो लाडानं तिला.

एक खेळा : एवढी लाडकी आहे, तर गेली कशी सोडून?

गृहस्थ : अवो, आमाला नाय सोडून गेली... सासरहून पळाली; पण गेली कुठं? ते पण आले होते वो बघायला. आपल्याकडं नाय म्हटल्यावर हिरमुसले. आमचापण जीव टांगणीला लागलाय वो. आता काय करू? (हताश होतो.)

गांवकर : नका काळजी करू. येईल ती. असेल हिकडंच कुठंतरी.

दुसरा खेळा : (धीर देण्याच्या सुरात) शोधा जरा, मिळंल. हाक मारून बघा, येईल.

गृहस्थ : बघतो हां. चुकून असंल हिकडंच, तर मिळंल कुठंतरी. हाक मारतो. माझा आवाज ऐकून येईल कदाचित. (मोठ्या आवाजात) गोजऱ्याऽऽ गोजऱ्या गोऽऽ

गोजरं : (आतून) काय वऽऽ

गृहस्थ : (खेळ्यांकडे बघत) आहे... आहे. आवाज दिलान्! (खुशीने गोजऱ्याला) अग हिकडं ये...

गोजरं : (आतून चिरक्या आवाजात, निग्रहाने) मी नाय येणार हां, सांगून ठेवतंय.

गृहस्थ : अग, ये तर खरी. अगऽऽ तुझा घो आला होता विचारपूस करायला.

गोजरं : (आतूनच) काय तरी नका सांगू. तो कशाला येतोय. त्याला हाय काय आठव?

गृहस्थ : अग येऽऽ तरी आधी पुढं.

गोजरं : मी नाय यायचे हां सांगून ठेवतंय.

गृहस्थ : मी काय नाय सांगत तुला. पण तू भेटायला तऽऽ येशील?

(बाबा हाक मारतात, गोजऱ्या... गोजऱ्या)

गोजरं : मी बाकी काय आयकणार नाय हां. येतां मी (लांब कोपऱ्यात येऊन उभा असते. ढोपरापर्यंत साडी नेसलेली, चोळी, गळ्यात काळी पोत, हातात बांगड्या, रंग काळा, तोंड अधिकच काळे. केस विस्कटलेले- पिंजारलेले, त्यात बोटे घालून उवा, लिखा चाचपत, मारत, डोके खाजवत असते.)

गृहस्थ : बघा, आलं क नाय बोलावल्यावर.

एक खेळा : वाऽऽ वाऽऽ! गोजरं बाकी हाय खरं गोजरं!

गृहस्थ : अग, असं जवळ ये. हिकडं.

गोजरं : (दोन्ही हात कमरेवर ठेवून, गाणे म्हणत पुढे नाचत येते... मंडळी अवाक्)

बाबा मला हाक मारतात गोजऱ्याऽऽ।

खेळे : *बाबा मला हाक मारतात गोजऱ्याऽऽ।*

मंडळीतील एक वात्रट मुलगा : गोजरं हाय मातर साजरं!

गोजरं : (थांबत रागाने त्याच्याकडे बघत) हायच मी गोजरं! (परत गाणे म्हणत, नाचत)

बाबा मला हाक मारतात गोजरं।

(बाबांकडे चिडून बघत)

बाबा, मला ल्हानाची मोठी केली

बाबा, मला परवे घरी दिली. (थांबून)

बाबा, कशी हो दिलीत मला परव्या घरी?

गृहस्थ : अगं, लगीन झाल्यावर सगळ्यांनाच जावं लागतं नवऱ्याच्या घरी!

गोजरं : मी नाय जायचं. नाय म्हंजे नाय.

गृहस्थ : कोण म्हणतंय? असू दे. तू घरी चल आधी. मग बघू. गांवकर तुम्ही तरी सांगा.

एक खेळा : अगं, बाबा न्ह्यायला आले तुला. तू जा आपलं बघू.

गोजरं : तू नको मधी बोलू.

मंडळीतला

एक जण : न्ह्या हो तुमी त्याला.

गोजरं : तू नको मधी पडू. चावट कुठला.

गृहस्थ : ते जावंदे. तू चल, तुझी आय वाट बघतीय.

गोजरं : (काय तरी बोलणार एवढ्यात अचानकपणे एका मुलाकडे बोट करून) बाबा, बाबा तो दिन्या बघा, माझ्यावर लाईन मारतोय.

गृहस्थ : अग चल. काय तरी... ते जाऊ दे. तू घरी चल आधी.

गोजरं : नाय हा, मी मघापासनं बघतंय.

गृहस्थ : तू आधी घरी चल.

गोजरं : (निग्रहाने) नाय नाय, मी नाय येणार. (मंडळीत एखाद्या प्रतिष्ठित गृहस्थाशेजारी जाऊन बसत) मी आपलं राहीन या नामूशेटकडं!

खेळा : ते कशाला ठेवतील?

गोजरं : का नाय ठेवणार? मी कामधंदा करीन.

नामूकाका : ऱ्हाय ना तू. काम केलंस तऽऽ कुणाला नकोय?

गोजरं : हा, मी राहीन. भांडी घाशीन, धुणं धुवीन.

गृहस्थ : नाय हा, नाय. ते नाय चालणार! तू चल.

गोजरं : (ठासून) मी येणार नाय म्हणजे नाय. तुमी जावा आपलं. (काकांच्या जवळ जात त्यांच्या खांद्यावर हात ठेवत) मी हितंच बरं हाये. (नामूकाका होकाराच्या भाषेत हसतात.)

गृहस्थ : मग येतंयस क नाय तू? (ती नकारात्मक मान हालवते.) मग नाय येणार तू? (नाईलाजाने) गांवकरमामा, मी आता जातो.

गोजरं : जा जा. मी नाय येयाचं. (गृहस्थ जातो. वडील गेले असे बघून गोजरं खेळ्यांकडे येते आणि गांवकरास म्हणते) मला नाय जायचं सासरला, मी बघीन माझं. मी जातंच कशी इथून (गाणे म्हणत जायला निघते.) *बाबा मला हाक मारतात गोजरं!* (एवढ्यात तिची भावजय येते.)

भावजय : (सर्वसामान्यपणे नीटनेटकी) आहो, आहो वन्सं, जाता कुठं? चला की हो घरी.

गोजरं : आता तू का आलीस? मी अजिबात येणार नाय.

भावजय : अहो, असं काय करता वन्सं? काय हो दशा करून घेतलीत? बघा एकदा आरशात.

गोजरं : काय नको बघायला. (केसांत बोटे घालून खाजवते.)

भावजय : अहो, घरी चला. मी घरी वेणीफणी करून देते. खा, प्या, येवस्थित

राहा ना.

गोजरं : आता नको लाडीगोडी लावू. मी नाय यायचं म्हजे नाय. आलीस तशी जा.

भावजय : (समजावण्याच्या भाषेत) अहो, वन्सं...

गोजरं : ठावक हाय मला तुमचं. असं गोड गोड बोलायचं, समजवायचं न् म्हणायचं सासरला कधी जातेस? लोकं काय म्हणतील? तुमचा कट हाय. मी नाय आपसूक जायाचं.

भावजय : अहो, असं काय? हे असं वाऱ्यावर सोडल्यासारखं राहणं बरं दिसतं काय? तुम्हीच सांगा.

गोजरं : (गांवकरास) बघितलंत गांवकरमामा! मी म्हटलं ते बरोबर क नाय? हे असलं शिकवणं नकोय मला. मी आपलं असंच बरंय हितं.

भावजय : अहो, चला की. आम्ही नाय काय बोलणार. गांवकरमामा, सांगा की हो तुम्ही.

(गांवकर बुचकळ्यात. गोजरं मंडळीत एका बाईजवळ जाऊन बसते.)

भावजय : (वर मान करून बघते, तर गोजरं गायब) कुठं हो गेल्या वन्सं?

गोजरं : (जाग्यावरूनच) मी हाय हितं, तू जा आपलं.

भावजय : बघा हो, विचार करा.

गोजरं : जा जा तू. मला शिकवतंय!

(शेजारच्या बाईशी काहीतरी बोलण्याच्या बहाण्यात असताना एक माणूस येतो. इकडेतिकडे शोधक नजरेने बघत फिरत असताना त्याला गांवकर विचारतात.)

गांवकर : अहो, कोण तुम्ही, कुठं जायचंय?

माणूस : अहो, गांवकरदादा, झालंय काय.

एक खेळा : (स्वगत) हा आता कोण आला? (मंडळींकडे बघत) बहुतेक गोज्याच्याच तपासांत दिसतोय! (उघड) अहो, कुणाला बघताय? (शोधताय?)

माणूस : (विचारात पडलेला. त्याला बघून गोजरं कुणाच्या तरी आड लपायला बघते.) अवो, कुणी बाईमाणूस या गावात आलेलं बघितलंय काय हो?

खेळा : (माहीत नाही असं दाखवत) कोण? नाही.

खेळा : नाही बुवा बघितलेलं.

माणूस : काय झालंय... अहो वयनी हो! हरवलीय. सापडत नाय. तिच्या

माहेरलापण चौकशी केलेली. गेली कुठं?

गांवकर : हां हां! गोजरं असलं पाहिजे. हां हां, वडीलपण येऊन गेले खरे शोधत. बघा तुम्ही हाक मारून. असंल हितं कुठंतरी.

माणूस : कुठं गेलीपण? (मोठ्या आवाजात) वयनी, वयनी होऽऽऽ.

गोजरं : (मुद्दाम आणखी मागे दडत, गांवकरांना खुणा करून 'मी नाय हितं म्हणून सांगा' गांवकऱ्यांच्या नजरेचा रोख बघून तिचा दीर तिकडे बघतो. तशी गोजरंच जरा पुढे होऊन म्हणते) मी येणार नाय, सांगून ठेवतंय भावोजी. तुमी आपलं जा आल्या वाटेनं.

दीर : अग वयनी, अशी काय करतेस? दादापण शोधून दमला तुला.

गोजरं : आता दिसतं काय तुमाला? नाय येणार, जा. मुळीच नाय येणार.

दीर : अग, अशी काय करतेस! आई-बाबांनापण काळजी पडलीय, तू कुठं असशील?

गोजरं : असू दे. मी नाय येयाचं. कुणाचं कायबी सांगू नको.

दीर : वयनी, चला ना पण आता. वाट बघतायत सगळी जण.

गोजरं : काय नक्को वाट बघायला. जा तुमी आपले. मी हितंच बरं हाय! या बाईसंगती. कामधंदा करून भरीन पोट मी.

दीर : (पिच्छा सोडत नाही.) अहो, असं काय.

गोजरं : जा तुम्ही. घरी सांगा, मी काय येणार नाय म्हणजे नाय. जावा तुमी. उगच त्रास नका घेऊ.

दीर : मग काय, नाय येत तुम्ही? (गोजरं पाठ फिरवते, तशी) गांवकरदादा, वयनी काय मानत नाय. जातो मी.

गोजरं : (दीर निघून गेला, हे बघून पुढे येत) गांवकरमामा, आता कोण आलं ना, तर सांगा, 'आमाला काय म्हायत नाय म्हणून.' (परत होती, त्या ठिकाणी जाऊन बसते. आडोशाला होत मंडळीतल्या बायकांशी गप्पागोष्टी करतेय असे भासवते. मृदुंगे मृदुंगावर थाप मारतात. खेळे म्हणणी म्हणणार इतक्यात, लेहेंगा, शर्ट आणि खांद्यावर उपरणे घेतलेला गृहस्थ इकडेतिकडे फिरत दमलेला असा प्रवेश करतो. खेळे थांबतात.)

गृहस्थ(पती) : (दम टाकत) अहो दादा.

गांवकर : काय हो, कुठून आलात एवढं दमून?

गृहस्थ : अहो, दमन नाय तऽऽ काय.

एक खेळा : काय झालं काय? दम खा आधी सावलीत बसून.

गृहस्थ : अहो, कसला दम खा! माझी बायको होऽऽ गेल्यापासनं चैन म्हणून नाय
पडत. गाव पालथं घातलं, पण मिळाली नाय हो.

गांवकर : अवो, आम्हाला काय माहीत? हिकडं तर काय नाय बुवा आलेली.
तुम्ही जा आपलं, पुढल्या गावात.

गोजरं : (न राहवून) अवो, नाय नाय. ही काय मी हिकडं मंडळीत बसलेली.

खेळा : आता बघा, कशी पुढं आली. नाय तऽऽ इतकी माणसं येऊन गेली. दाद
नाय दिलन्.

गोजरं : अवो कारभारी, अवो तुमी आलात!

गृहस्थ : तुला न्यायला आलो अगे.

गोजरं : (खोटेखोटे गोडीत) मी तसं नाय यायचं.

पती : अगं, चल गं. नवी साडीचोळी घेतो.

गोजरं : मी येते; पण आधी खोबऱ्याल घ्याल ना? ना साबण, केस बघा नुसत्या
भिष्ट्च्या.

पती : होय. होय. सगळं घेतो; पण चल आता. जाव नको कुठं घर सोडून.

गोजरं : आता कसं जायन (लाडाने) अजाबात नाय. (त्याच्या हातात हात
अडकवत गाणे म्हणत)

बाबा मला हाक मारतात गोजरं।

पती मला म्हणतात खरं गोजरं। (जातात.)

गांवकर आणि

खेळे : *राम सीतेची कथा सांगतो ऐका सवचित।*

ऐका सवचित।

वाल्मिकीनी रचिली जी ती कथा सांगतो तुम्हा। ऐका सवचित।

एका सवचित।

अन् राम सीतेची कथा सांगतो ऐका सवचित।

ऐका सवचित।

(चाल) अरण्ये घाटीत अरण्ये घाटीत वाटमारी करितो

वाल्या वाटमारी करितो। वाटमारी करितो

वाल्या हो, हो कोळी, वाल्या हो, हो कोळी।।

गांवकर : ओऽऽ री, अरण्यात वाल्या कोळी वाटेत सावजासाठी दबा धरून कसा
बसला आहे.

खेळे : *कोणेऽऽ गतीऽऽ* (मृदुंगाची थाप, टाळ, ठेका)

गांवकर : आल्या गेल्या माणसांना वाटेत अडवून कसा धरतो आहे.

खेळे : कोणेऽऽ गतीऽऽ (टाळ, मृदुंगाची साथ)

गांवकर : त्यांच्याकडची चीजवस्तू हिसकावून कसा घेतो आहे.

खेळे : कोणे गतीऽऽ (टाळ, मृदुंग ठेका)

गांवकर : प्रतिकार केल्यास ठार कसा मारतो आहे.

खेळे : कोणे गतीऽऽ

गांवकर : वाल्या कोळ्याच्या या वाटमाऱ्या थांबवायच्या कशा? देवांना मोठी चिंता पडून राहिली आहे.

खेळे : कोणे गतीऽऽ

गांवकर आणि

नंतर खेळे : *(गाणे)* बरम्याचा पुतरऽऽ बरम्याचा पुतरऽऽ

नारद हो स्वामी, नारद हो स्वामी

अरण्य हिंडतो, अरण्या फिरतो

नारद हो स्वामी, नारद हो स्वामी

गांवकर : ओऽऽ रीऽऽ, नारदमुनींची स्वारी ऋषीमंडळात चालली असता त्यांच्यापुढं वाल्या कोळी येऊन उभा कसा राहिला आहे आणि काय वार्ता करतो आहे.

खेळे : कोणे गतीऽऽ

गांवकर : वाल्या नारदमुनींना हटकत म्हणतो, 'अरे, गोसावड्या, कुठं चाललास? काय असेल ते देऊन टाक आधी. नाहीतर मरायला तयार हो.' वाल्या त्यांना कसा बोलतो आहे.

खेळे : कोणे गतीऽऽ (टाळ, मृदुंग ठेका)

गांवकर : 'अरे वाल्या, आजवर तू किती जणांचा जीव घेतलास?' नारदमुनी त्याला विचारताहेत.

खेळे : कोणे गतीऽऽ

गांवकर : 'दर जिवामागे उडदाएवढा खडा रांजणात टाकतो, असे सात रांजण भरत आलेत. फक्त अकरा खडे हवेत.' वाल्या त्यांना सांगतो आहे.

खेळे : कोणे गतीऽऽ

गांवकर : नारदमुनी चकित होऊन म्हणतात, 'बापरे! अरे, एवढे मोठे पाप कुठे फेडणार आहेस. या पापात घरचे वाटेकरी आहेत का?' ते त्याला विचारताहेत कसे.

खेळे : *कोणे गतीऽऽ*

गांवकर : वाल्या माहीत नाही म्हणतो, तेव्हा त्याला 'तू तसे विचारून ये. तोपर्यंत मी इथे थांबतो,' कसे म्हणताहेत.

खेळे : *कोणे गतीऽऽ*

गांवकर : वाल्या घरी जातो, त्यांना विचारून येतो आणि मुनींना काय वार्ता सांगतो आहे.

खेळे : *कोणे गतीऽऽ*

गांवकर : घरच्यांनी कानावर हात ठेवले. ते बोलतात, 'आम्ही कमाईचे वाटेकरी, पापाचे नाही, तुझे पाप तू भोग.' हे कसे सांगताहेत.

खेळे : *कोणे गतीऽऽ*

गांवकर : नारदमुनींच्या पायावर डोकं ठेवून 'आता मी काय करू, पापातून मुक्त कसा होऊ? तुम्हींच मार्ग सांगा,' अशी काकुळतीनं विनवणी वाल्या कशी करतो आहे.

खेळे : *कोणे गतीऽऽ*

गांवकर : 'आजपासून हजार वर्षांनी रघुवंशातील राजा दशरथापोटी, सातवे अवतारी राम जन्म घेणार आहे, त्यांच्या नामाचा तू जप कर. पापातून मुक्त होशील.' मुनी त्याला सांगताहेत.

खेळे : *कोणे गतीऽऽ.*

गांवकर : वाल्याला राम राम म्हणता येईना. त्याच्या तोंडी 'मरा मरा' येते, आता कसे करायचे. वाल्या त्यांना पुसतो आहे.

खेळे : *कोणे गतीऽऽ*

गांवकर : 'मरा मरा'चे आपोआप 'राम राम' होईल. राम जपाने पापाचे क्षालन होईल. नारदमुनी सांगतात, त्याप्रमाणे वाल्या रामनाम जप करत बसला आहे.

खेळे : *कोणे गतीऽऽ*

गांवकर : पुढे बऱ्याच वर्षांनी नारदमुनी त्याचा जप कसा चालला आहे, हे पाहण्यास येतात. तो राम नाम ध्वनी येतो; पण व्यक्ती कुठे दिसत नाही. ध्वनीच्या रोखाने पाहतात, तो त्यांना फक्त वारूळ कसे दिसते आहे.

खेळे : *कोणे गतीऽऽ*

गांवकर : वारूळ फोडतात, तो वाल्या कोळी आत जप करत बसलेला दिसतो आहे.

खेळे : कोणे गतींऽऽ

गांवकर : नारदमुनी त्याच्या डोक्यावर हात ठेवतात, तो वाल्या त्यांच्या पायावर डोके ठेवून 'मी आता काय करू?' म्हणून विचारतो आहे.

खेळे : कोणे गतींऽऽ

गांवकर : नारदमुनी सांगतात, पुढे होणाऱ्या रामावताराची कथा तू रचशील, त्या कथेनुसार 'सतकोट रामायण' घडेल. नारदमुनी डोक्यावर हात ठेवून त्याला आशीर्वाद देत आहेत.

खेळे : कोणे गतींऽऽ

गांवकर : (म्हणणी सुरू) बरम्याचा पुतर, बरम्याचा पुतर,

नारद हो स्वामी, नारद हो स्वामी।

निघून चालले, निघून चालले,

ऋषीमंडळी चालले, ऋषीमंडळी चालले।

(खेळ्यांमागून आंधळ्याचे सोंग गाणे म्हणत, नाचत येते. आंधळा कमरेला पंचा किंवा धोतर गुडघ्यापर्यंत नेसलेला, अंगात बिनबाह्यांची कोपरी, डोक्याला मुंडासे, कपाळावर तिबोटी गंध, तेच गंध कानांच्या पाळ्यांना, बावशांना गळ्याला लावलेले. एका मनगटात कडे घातलेले इत्यादी. अशा वेशात हातातील टाळ वाजवत, सोबत त्याची बायको. ते एकमेकांचे हात (कोपरामधून) अडकवून, टाळ वाजवत, गाणे म्हणत, नाचत प्रवेश करतात.)

आंधळा : दीन दय्याळा बायको मिळाली आंधळ्याला।

(सोंगाड्यांच्या गाण्यांना ठरल्याप्रमाणे खेळ्यांची साथ)

खेळे : दीन दय्याळा बायको मिळाली आंधळ्याला।

आंधळा : (चाल बदल) आंधळ्याला बायको देवानं दिली।

खेळे : आंधळ्याला बायको देवानं दिली।

आंधळा : आंधळ्याला पैका दे दाता।

आंधळ्याला पैका दे दाता।

(दरम्यान मंडळीतील कुणी ना कुणी पैसे द्यायला पुढे होतात. त्याची बायको पैसे घेते. आंधळा शोधक नजरेने इकडेतिकडे करत) बुलबुले, बुलबुले कुठं हायस?

एक खेळा : अहो थांबा. पैसे घेवं दे.

गांवकर : अहो बाबा, चला गाणं म्हणू या,

दीन दय्याळा बायको मिळाली आंधळ्याला
(टाळ वाजवत नाचतो.)

खेळे : आंधळ्याला बायको देवानं दिली.

आंधळा : आंधळ्याला पैका दे दाता।
आंधळ्याला पैका दे दाता।
(दोन्ही बाजूंना पावले टाकत, नाचत राहतो.) बुलबुले, बुलबुले कुठं हायस? (कावराबावरा)

खेळा : हाय हाय, कुठं जाणार तुमाला सोडून? (ती पैसे गोळा करत असते.)

आंधळा : (उतावळेपणाने) बुलबुले, बुलबुले. (आवाज देत इकडेतिकडे फिरतो.)

गांवकर : अहो बाबा, (हसत) एवढं काय घाबरता? कुठं नाय जात तुमची बायको.

मंडळीतला : (चेष्टेने) अहो, नाय कोण पळवत तुमची माघारीण.

एक खेळा : (ती येतेय ते पाहून) आली आली, तुमची बुलबुली.

आंधळा : (ती पैसे घेऊन जवळ येते, तशी तिला चाचपत) बुलबुले, बुलबुली! (ती त्याच्या हाती पैसे देत असताना) आलीस ना, आलीस ना माझी बाय.

बायको : आली आली. हे बघा पैसे मिळाले. (पैसे त्याच्याकडे देते.)

आंधळा : (गाणे) आंधळ्याला बायको देवानं दिली।
आंधळ्याला काठी देवानं दिली।
(दरम्यान लोकं पैसे देऊ करतात. पैसे घ्यायला ती परत मंडळीत जाते.)

खेळा : अहो, तुम्ही कोण, कुठले? काय सांगाल की नाही. (त्यांच्या थोड्याफार गप्पा होतात.)

आंधळा : बुलबुले, चल आता. आता पुढचा मुक्काम.

बायको : (त्याच्या हाती पैसे देते. तो कोपरीच्या खिशात ठेवतो. खेळ्यांकडे बघत) गांवकरमामा, (खूश होत) बरेच पैसे मिळाले बरं का, तुमच्या गावात. मेहेरबानी!

आंधळा : व्हय व्हय, आमी आता आनंदानं जातो.

खेळे : बरं, या तुमीऽऽ

आंधळा : (सगळ्यांकडे खूश होऊन बघत, बुलबुलीचा हात हातात घेत, गाणे म्हणत, नाचत जातात.)
दीन दय्याळा बायको मिळाली आंधळ्याला।

खेळे : (दोन्ही बाजूचे मृदुंगे एकमेकांजवळ येत थाप मारतात. खेळे गाणे
म्हणतात.)
येता भला एक जाता भला।

येता भला एक जाता भला।

वेडा : (हे सुरू असतानाच वेड्याचे सोंग येते. वेडा धोतर किंवा लेंगा घातलेला,
अंगात सदरा, गळ्याभोवती रंगीत उपरणे गुंडाळलेले. उपरण्याचा एक
मोठा शेव पुढे आणि दुसरा शेव मागे पाठीवर. कमरेला वस्त्र पट्ट्यासारखे
आवळून बांधलेले. पागोटे असलेला मखख चेहऱ्याचा लाकडी मुखवटा
घातलेला, हातात काठी, काठीवर भार देत तिच्याभोवती अर्धवर्तुळाकार
फेरे घेत, गाणे म्हणत, नाचत प्रवेश करतो.)
येडा नाचे येडेपणी खुळा नाचे खुळेपणी

येड्याच्या बायका चौघी जणी।

नांडव नांडव नांडव। (उभा राहतो.)

गांवकर : काय होऽऽ पावणे, हा नांडव कोण?

वेडा : अहो, असे काय करता? (मांडवाकडे वरती काठी दाखवत) हा नव्हे
नांडव!

गांवकर : अच्छा अच्छा. मांडव म्हणायचंय तुम्हाला! अहो, कार्य आहे. खेळे
आहेत, मांडव असणारच!

वेडा : अहो, तसं नव्हे. आज विशेष दिवस आहे, असं सुचवायचंय मला.

गांवकर : असं असं. काय काळजी नको क्काय! यजमान देतील तुम्हाला परसादी.

वेडा : (उगाच) अहो, तसं नव्हे. बरं असो. (गाणे म्हणत, परत तसाच
नाचतो.)
अहो, येडा नाचे येडेपणी, खुळा नाचे खुळेपणी

येड्याच्या बायका चौघी जणी।

नंडळी नंडळी नंडळी। (थांबतो.)

गांवकर : अहो, नंडळी नंडळी काय म्हणता?

वेडा : (समोर काठी दाखवत) ही नव्हे बसलेली.

गांवकर : हां हां, मंडळी म्हणायचंय तर तुम्हाला.

वेडा : अहो गांवकरी, माझ्यासारखीच एक गंमत झाली. काय झालं, एका
माणसाला 'स' म्हणता येत नव्हता, तो 'स' ला 'फ' म्हणायचा. तो
कसा बोलायचा? (हसतो मोठ्याने)

एक खेळा : कसा बोलायचा, ते तरी सांगाल.

वेडा : अहो, तो एकदा बोट पकडण्यासाठी धक्क्यावर गेला, तर काय झालं? तो पोचायच्या आधीच बोट सुटली. त्याला नाय मिळाली. तो माघारी आला. मला म्हणतो कसा, 'फकाळी फकाळी धक्क्यावर गेलो, तऽऽ बोट फुटली.' हाय की नाय गंमत!

खेळा : (चेष्टेच्या सुरात) हाय खरी गंमत. तुमचाच भाऊ तो!

वेडा : (मोठ्याने हसतो आणि गाणे म्हणत नाचतो.)
वेडा नाचे वेडेपणी खुळा नाचे खुळेपणी
वेड्याच्या बायका चौघी जणी।
नायका नायका नायका!

गांवकर : अहो, हे काय काढलंत 'नायका'?

वेडा : (एका बाजूला बायका बसलेल्या असतात, त्यांच्याकडे काठी दाखवत) अहो, समजत कसं नाय तुम्हाला? ह्या काय...

एक खेळा : काय म्हणता काय तुम्ही, त्या काय नायका आहेत? अहो, त्या मंडळीतल्या बायका आहेत.
(बायका एकमेकींकडे बघतात.)

वेडा : अहो, तेच म्हणतो मी, ज्या नाय आयकत त्या नायका! (काही बायका रागाने बघतात, काही मागे-पुढे बघतात. वेडा एकदम आठवल्यासारखे करत) अहो गांवकर, मी आपला जातो.

गांवकर : का हो का? काय घाई एकदम.

वेडा : अहो, घरी नाय काय माझ्या चार नायका? अहो, वेळेवर नाय गेलो तऽऽ फाडून खातील!

खेळा : (स्वगत) हाय तऽऽ शाणा! न् वेड्यासारखा नाचतो. (उघड) अहो, थांबा हो, सांगा आणखी गमती.

वेडा : नको बुवा जातो मी आपला. गांवकरानो, जातो आता (गांवकर बरं बरं करतात. गाणे म्हणत, नाचत) वेडा नाचे वेडेपणी, खुळा नाचे खुळेपणी। (म्हणत नाचत मागे जातो. जाताना पोरांच्या दिशेने नाक शिंकरल्यासारखे करून काठी ठोकत निघून जातो.) (हशा)

खेळे : (म्हणणी सुरू. एक गट आधी, दुसरा गटनंतर म्हणतो.)
अयोध्ये नगरी, अयोध्ये नगरी।
दशरथ होऽऽ राजा दशरथ होऽऽ राजा।

राज्य होऽऽ करितो, राज्य होऽऽ करितो।

गांवकरी : ओऽऽ रीऽऽ - अयोध्येला दरशथ राजा राज्य कसा करतो आहे,

खेळे : कोणेऽऽ गतीऽऽ

राज्यात आबादीआबाद आहे, जनता सुखी आहे. राज्य चांगले सुखात चालले आहे; पण राजा मात्र पोटी संतान नसल्यामुळे रघुकुलाची चिंता कशी वाहतो आहे.

खेळे : कोणेऽऽ गतीऽऽ

गांवकर : राजा आपले विचित्र स्वप्न आठवून दु:खीकष्टी होऊन कुलगुरू वशिष्ट मुनींना ते स्वप्न कथन कसे करतो आहे.

खेळे : कोणेऽऽ गतीऽऽ

गांवकर : वशिष्ट मुनी त्याला 'वनात जाऊन तीन श्वापदं मारून ये, मग पुत्रकामेष्टी यज्ञ करू' असा सल्ला देत धीर कसा देत आहेत.

खेळे : कोणेऽऽ गतीऽऽ (टाळ, मृदुंग थाप)

गांवकर : शिकारीसाठी गेलेल्या राजाला संध्याकाळपर्यंत शिकार न मिळाल्यानं निराश होऊन चालता चालता राजा तळ्याकाठी येऊन पोचला आहे.

खेळे : कोणेऽऽ गतीऽऽ

गांवकर : रात्री पाणी प्यायला श्वापदं येतील, शिकार साधेल, या विचारानं राजा तिथंच झाडावर मचाण बांधून मचाणीवर दबा धरून बसला आहे.

खेळे : कोणेऽऽ गतीऽऽ

गांवकर : (गाणे) सरावण बाळ, सरावण बाळ।
काशीला चालला, काशीला चालला।
माता पित्यांना घेउनी, माता पित्यांना घेउनी।

गांवकर : ओऽऽ री..., श्रावणबाळ आपल्या अंध मातापित्याला काशीला घेऊन कसा चालला आहे.

खेळे : कोणेऽऽ गतीऽऽ

गांवकर : चालता चालता सांज झाली म्हणून झाडाखाली वस्तीला थांबले असता, मातापिता त्याला 'बाळा श्रावणा, तहानेने प्राण व्याकूळ झाले आहेत. कंठाशी आलेयत. कुठून पाणी आणशील का रे बाळा?' असे पुसताहेत.

खेळे : कोणेऽऽ गतीऽऽ

गांवकर : श्रावणबाळ कावड तिथंच ठेवून, कमंडलू हातात घेऊन, 'थांबा, पाणी आणतो' सांगून तलावाकडं कसा चालला आहे.

सीता स्वयंवरात उपस्थित राम, लक्ष्मण आणि रावण

खेळे : *कोणेऽऽ गतीऽऽ*

गांवकर : पाणी शोधताना तळे दिसते. तळ्यावर जाऊन कमंडलू पाण्यात बुडवतो. त्याबरोबर 'बुडबुड' आवाज येतो. तळ्यावर दबा धरून बसलेला दशरथ राजा सावध होतो. कुणी श्वापद पाणी पिते आहे, असे समजून आवाजाच्या रोखाने राजा बाण कसा सोडतो आहेऽऽ.

खेळे : *कोणेऽऽ गतीऽऽ*

गांवकर : तोच आर्त ध्वनी राजाच्या कानी पडतो. लगेच चपापून आवाजाच्या रोखानं राजा धावत जातो. बघतो, तर एक तरुण बाणानं घायाळ होऊन पडलेला दिसतो. तरुण आर्त स्वरात त्याला 'तुम्ही मला का मारलंत?,' असं विचारतो आहे.

खेळे : *कोणेऽऽ गतीऽऽ*

गांवकर : राजा बघतच राहिला. श्रावण कण्हत बोलला, 'माझे आंधळे आई-वडील तिकडं पाण्यासाठी आक्रोश करत असतील, त्यांना कमीतकमी हा पाण्याचा कलश तरी नेऊन द्या. मी येताना वाटेवर खुणा केल्यायत, त्यानुसार जा,' असं सांगून श्रावणानं प्राण कसा सोडला आहे.

खेळे : *कोणेऽऽ गतीऽऽ*

गांवकर : दशरथाची चाहूल लागताच ते अंध माता-पिता 'बाळा, उशीर का झाला?,' असं विचारत आहेत.

खेळे : कोणेऽऽ गतीऽऽ

गांवकर : राजा बोलत नाही म्हटल्यावर 'बाळा, आमच्यामुळं तुला त्रास झाला, रागावलास का रे? का बोलत नाहीस,' असं विचारत आहेत.

खेळे : कोणेऽऽ गतीऽऽ

गांवकर : दशरथानं सर्व हकिकत मोठ्या खेदानं सांगितली. त्याबरोबर पुत्रशोकानं तळमळत त्यांनी प्राण सोडले. तेव्हा ते अखेरच्या क्षणी 'दशरथा, तुलाही असंच पुत्रशोकानं व्याकूळ होऊन मरण येईल,' असा शाप कसा देत आहेत.

खेळे : कोणेऽऽ गतीऽऽ

गांवकर : राजा तिघांची उत्तरक्रिया करून दु:खीकष्टी होऊन चालला असता 'पुत्र पुत्र' करून मरायला पुत्र तरी होतील, अशी आशा मनी धरून राजा अयोध्येला कसा चालला आहे.

खेळे : कोणेऽऽ गतीऽऽ (टाळ-मृदुंग ठेका.)

खेळे : (गाणे) अयोध्ये नगरी, अयोध्ये नगरी।

दशरश होऽऽ राजा, दशरथ होऽऽ राजा।

राज्य हो करितो, राज्य होऽऽ करितो।

गांवकर : ओऽऽ रीऽऽ, दैत्य लोक उन्मत्त होऊन इंद्रसभेला त्रास देतात. तसंच ऋषीमुनींना यज्ञात अडथळा आणतात, नासधूस करतात, तेव्हा दैत्यांचे गुरू शुक्राचार्य यांच्या पाठिंब्यानं ते अधिकच उन्मत्त झालेले आहेत. इंद्रदेव दशरथाला सांगतो आहे.

खेळे : कोणेऽऽ गतीऽऽ

गांवकर : राजा दैत्यांशी लढावयास चालला, तशी दशरथाची बायको कैकेयी ही हट्टानं दशरथाबरोबर युद्धावर कशी जाते आहे.

खेळे : कोणेऽऽ गतीऽऽ

गांवकर : युद्धात शुक्राचार्य राजाच्या रथाचं चाक उडवतो, तेव्हा कैकेयी दंडानं तो विजयरथ सावरून कशी धरते आहे.

खेळे : कोणेऽऽ गतीऽऽ

गांवकर : लढाई संपल्यावर राजा कैकेयीवर प्रसन्न होऊन दोन वर देतो. तेव्हा ती 'योग्य वेळ येईल, तेव्हा हे दोन्ही वर मागेन,' असं दशरथाला बोलते

आहे.

खेळे : कोणेऽऽ गतीऽऽ

गांवकर : विजयामुळे इंद्रदेवही खूश होऊन 'राजा, शिंगम (ऋष्यशृंग) ऋषींच्या हस्ते पुत्रकामेष्ठी यज्ञ कर. अग्निदेवतेच्या प्रसादानं तुला पुत्रप्राप्ती होईल,' हे कसं बोलतो आहे.

खेळे : कोणेऽऽ गतीऽऽ

गांवकर : माझ्या रंभांना घेऊन जा, त्यांच्या नृत्यगायनाला भुलून तो अयोध्येला जाईल, असं सांगतो आहे.

खेळे : कोणेऽऽ गतीऽऽ

गांवकर : अयोध्येला गेल्यावर 'तुझ्या मानलेल्या कन्येशी त्याचं लग्न लावून दे. मग त्याच्या हस्ते यज्ञ करून घे,' हे कसं म्हणतो आहे.

खेळे : कोणेऽऽ गतीऽऽ

गांवकर : त्याप्रमाणे शिंगमऋषी अयोध्येला नेण्यासाठी इंद्रदेवाच्या रंभा कशा चालल्या आहेत.

खेळे : कोणेऽऽ गतीऽऽ

गांवकर : (म्हणणी) इंद्र देवाच्या रंभा हो, इंद्र देवाच्या रंभा।
शेषनागाच्या कन्या हो, शेषनागाच्या कन्या।
वीणा सारंगी घेऊन हो, वीणा सारंगी घेऊन।
अयोध्येसी त्या चालल्या हो, अयोध्येसी त्या चालल्या।

गांवकर : ओऽऽ रीऽऽ, यज्ञात मिळालेले तीन पिंड प्रसाद, राजा शयन मंदिरात जाऊन कौसल्या, सुमित्रा आणि कैकेयी या राण्यांना देऊ कसा करतो आहे.

खेळे : कोणेऽऽ गतीऽऽ

गांवकर : सगळ्यात शेवटी पिंड दिल्याने कैकेयी रुसून बसली. पिंड तसाच हातात असताना घार येऊन तो पिंड घेऊन जाते आहे.

खेळे : कोणेऽऽ गतीऽऽ

गांवकर : घार पूर्वजन्मीची शापित रंभा. तिच्या चोचीतील पिंड तपस्विनी अंजनीच्या हाती पडतो. तसा शापित रंभेचा उद्धार होतो. अंजनी तो पिंड प्रसाद म्हणून ग्रहण कशी करते आहे.

खेळे : कोणेऽऽ गतीऽऽ

गांवकर : शंकराच्या वरानं आणि वायूच्या योगानं प्रसाद मिळतो, म्हणून

अंजनीच्या बाळाला 'वायुपुत्र मारुती' असं नाव पडलं आहे.

खेळे : कोणेऽऽ गतीऽऽ

गांवकर : इकडं कौसल्या आणि सुमित्रा आपल्या पिंडातला अर्धा अर्धा भाग कैकेयीला देतात. त्यामुळं कौसल्येला एक, सुमित्रेला एक आणि कैकेयीला दोन असे चार पुत्र होतात.

(गाणे) *राम लक्षुमण, राम लक्षुमण।*

भरत शत्रुघन, भरत शत्रुघन।

दशरथ पुतर, दशरथ पुतर।

ओऽऽ रीऽऽ, यज्ञ वगैरे धार्मिक कामांमध्ये अरण्यात राक्षस ऋषीमुनींना अडथळे आणून हल्ले करून त्रास कसा देताहेत.

खेळे : कोणेऽऽ गतीऽऽ

गांवकर : एके दिवशी विश्वामित्र ऋषी राजाकडे येऊन काय वार्ता करत आहेत.

खेळे : कोणेऽऽ गतीऽऽ

गांवकर : 'राजा दशरथा, यज्ञरक्षणासाठी तुझ्या पुत्रांना माझ्यासोबत पाठव, ते दैत्यांना संहारतील. माझ्या आश्रमात ते सुरक्षित राहतील. चिंता करू नको,' असं विश्वामित्र बोलत आहेत.

खेळे : कोणेऽऽ गतीऽऽ

गांवकर : 'न पाठवल्यास राजा मी तुला शाप देईन,' असं म्हणून विश्वामित्र कसे बजावत आहेत.

खेळे : कोणेऽऽ गतीऽऽ

गांवकर : (गाणे) *विश्वामित्र ऋषी। विश्वामित्र ऋषी।*

(त्राटिकेचे सोंग येऊ शकते.)

गांवकर : ओऽऽ रीऽऽ, जंगलात त्राटिका राक्षसी भयंकर, अक्राळविक्राळ रूप घेऊन राम-लक्ष्मणांपुढं येते. राम एकाच बाणात तिचा वध कसा करतो आहे.

खेळे : कोणेऽऽ गतीऽऽ

गांवकर : त्याबरोबर प्रसन्न होऊन बला आणि अतिबला या युद्धविद्या, विश्वामित्र रामाला कशा देत आहेत.

खेळे : कोणेऽऽ गतीऽऽ

गांवकर : (गाणे सुरू) *राम-सीतेची कथा सांगतो,*

ऐक सवचित, ऐका सवचित।

राम सीतेची कथा सांगतो,

पाया मजबूत, पाय मजबूत।

गांवकर : ओऽऽ रीऽऽ, मिथिला नगरी राजा जनकाला शेत नांगरताना भूमीत कन्यारत्न कसं प्राप्त झालं आहे.

खेळे : *कोणेऽऽ गतीऽऽ*

गांवकर : 'भूमीकन्या' म्हणून 'सीता' हे नाव कसं पडलं आहे.

खेळे : *कोणेऽऽ गतीऽऽ*

गांवकर : सीता लहानपणी खेळता खेळता अवजड शिवधनुष्य सहज पेलत त्याच्याशी खेळत खेळत कशी वाढते आहे.

खेळे : *कोणेऽऽ गतीऽऽ*

गांवकर : सीता मोठी झाली, तसा जनक राजानं तिचा स्वयंवर मांडला आहे. *'स्वयंवरात शिवधनुष्याला जो कुणी राजपुत्र बाण लावील, त्यालाच सीता माळ घालेल,'* असा पण मांडला आहे.

खेळे : *कोणेऽऽ गतीऽऽ*

गांवकर : (गाणे) *खंडोखंडीचे राजे हो,*

देशोदेशीचे राज हो,

निघुनी काय चालले होऽऽ,

निघुनी काय चालले होऽऽ॥

गांवकर : मिथिला नगरी खंडोखंडीचे राजे सीता स्वयंवरास सभामंडपी येऊन कसे बसले आहेत.

खेळे : *कोणेऽऽ गती*

गांवकर : विश्वामित्रसुद्धा राम-लक्ष्मणांना घेऊन सभामंडपी येऊन बसले आहेत.

खेळे : *कोणेऽऽ गतीऽऽ*

गांवकर : सीता स्वयंवराची खबर लागून लंकेचा राजा रावण माणिक, मोती, हिरा, कंकण जडावांचा पोशाख लेवून मोठ्या दिमाखात लंकेहून कसा निघतो आहे.

खेळे : *कोणेऽऽ गतीऽऽ*

गांवकर : (गाणे) *लंकेचा रावण, लंकेचा रावण,*

निघुनी चालला, निघुनी चालला।

मिथिले नगरी, मिथिले नगरी॥

रावण : (वाजतगाजत, तलवार नाचवत, ओऽऽ होऽऽ ओऽऽ होऽऽ असे तोंडाने ओरडत, गर्जत प्रवेश करतो. खेळ्यांपुढे व्यासपीठावर तलवार फिरवत,

तन्हेत-्हेने नाचत राहतो आणि मग खुर्चीवर बसतो.) अरे, प्रधानश्रेष्ठा.

प्रधानजी : आज्ञा सरकार!

रावण : अरेऽऽ प्रधानजीऽऽ, आपले चार वर्ण कोणते? आणि ते काय करतात? आताच्या आत्ता कथन कर.

प्रधानजी : (खेळे आणि मंडळींकडे बघत चेष्टेने) कोणते हो चार वर्ण? हा (आठवल्यासारखे करून) हाऽऽ अहो, आपले ते एक उडीद, दोन तूर, तीन कुळीथ आणि चार वर्ण म्हणजे पावटे हो! झाले चार वर्ण.

रावण : (गर्जत) अरे प्रधानश्रेष्ठा, काय गडबड चालली आहे?

प्रधान : (वाकून धरतीला हात लावत) चुकलो सरकार, माफी असावी. चार वर्ण कथन करतो. श्रवण करावं. महाराज, एक ब्राह्मण, दुसरा क्षत्रिय, तिसरा वैश्य आणि चौथा वर्ण शूद्र!

रावण : (खूश होऊन) शाब्बास रे शाब्बास! अरे प्रधानश्रेष्ठा, त्या त्या वर्णाची कर्तव्यं काय आहेत, मला कथन कर.

प्रधानजी : आज्ञा सरकार! सांगतो. श्रवण करावं. महाराज, प्रथम वर्ण ब्राह्मण. स्वतः विद्याभ्यास करतो आणि दुसऱ्यांना विद्या शिकवतो. क्षत्रिय वर्ण आम जनतेचं, देशाचं परचक्रापासून, समाज घातक्यांपासून रक्षण करतो आणि सर्वांना सुरक्षित ठेवतो. वैश्य शेती, व्यापारउदीम आणि व्यवसाय करून आपणा सर्वांचा उदरनिर्वाह करतो. आणि चौथा शूद्र वर्ण. हा वर्ण सर्व समाजाची सेवा करतो. अशा प्रकारे आपल्या देशांत आपआपली कर्तव्यं पार पाडतात.

रावण : शाब्बास रे शाब्बास! अरे प्रधानश्रेष्ठा, आता आपले सेवक कोण आहेत आणि त्यांची कामं काय आहेत, मजला कथन कर.

प्रधानजी : आज्ञा सरकार! आपला मेघदेव आहे, तो आपल्या राज्यात पाऊस पाडतो. सर्व सृष्टीची प्राणिमात्रांची तहान भागवतो आणि धनधान्य पिकवून सगळीकडं आबादी आबाद करतो.

रावण : शाब्बास रे शाब्बास! अरे, आपला अग्निदेव आहे, तो काय करतो? मला कथन कर.

प्रधानजी : (वाकून) आज्ञा सरकार! आपला अग्निदेव आहे, तोऽऽ (तोंडाने हां, हां रावण प्रतिसाद देतो.) प्राणिमात्रांच्या पोटात शिरून त्यांचा उदरयज्ञ सुरू ठेवतो. जग त्याच्यावर चाललंय (प्रत्येक वाक्यामागे 'हां, हां' म्हणून दाद देतो.) महाराज!

रावण : शाब्बास रे शाब्बास! अरे, आपला वायूदेव आहे, तो काय करतो? कथन कर मजला.

प्रधानजी : श्रवण करावं महाराज. आपलं चौदा (१४) चौकड्यांचं राज्य. एवढ्या मोठ्या खंडातला केरकचरा काढून तो साफसफाई करतो. सगळीकडं स्वच्छता राखतो आणि सगळ्या वातावरणात सुवास पसरवून, सर्वांना प्रसन्न ठेवतो आणि सर्वांना खबरबात पुरवतो.

रावण : शाब्बास रे शाब्बास! (उठून उभा राहतो.) अरे, प्रधानश्रेष्ठा, (इकडेतिकडे फिरत, काहीतरी ऐकल्यासारखे करत नवलाईने विचारतो) अरे, मार्गात कसला गलबला चालला आहे? मजला कथन कर! (बसतो.)

प्रधानजी : श्रवण करावं, सरकार. उत्तर दिशेला...

रावण : (उत्सुकतेने) हां हां...

प्रधानजी : उत्तर दिशेला मिथिला नगरीत जनक राजानं भूमी नांगरताना ब्रह्मदेवाच्या कृपेनं प्राप्त झालेली भूमिकन्या सीता, मोठी झाल्यवर तिचं स्वयंवर मांडलं आहे.

रावण : (ऐकत) हांऽऽ हां... बोल.

प्रधानजी : राजाने देशोदेशीच्या राजांना, राजपुत्रांना स्वयंवराचं आमंत्रण दिलं आहे. ते मिथिलेकडं चालले आहेत. त्यांचा हा गलबला आहे, महाराज!

रावण : हां हां हां... (एकदम उसळून उठतो.) अरे; पण आम्हाला निमंत्रण असावं की नसावं?

प्रधान : होय महाराज! आपल्याला निमंत्रण असायला हवं.

रावण : (मोठ्या ताठ्याने) अरे, माझं चौदा चौकड्यांचं राज्य! अरे, लंकेचा मी अधिपती. माझ्यासारखा महापराक्रमी राजा त्रिभुवनात सापडणार नाही. त्या शूरवीर राजाला निमंत्रण नसावं? अरेऽऽ आत्ताच्या आत्ता मिथिला नगरीत गमन करतो. (मोठ्याने गर्जना करतो.) अलो लोलो लोऽऽ ओऽऽ होऽऽ ओऽऽ होऽऽ

(तलवार फिरवत मागे जातो.)

गांवकर : लंकेचा राजा रावण मिथिला नगरीकडे निघून कसा चालला आहे.

खेळे : *कोणेऽऽ गतीऽऽ*

गांवकर : (म्हणणी) *लंकेचा रावण, लंकेचा रावण*
निघून चालला, निघून चालला.
मिथिला नगरी, मिथिला नगरी.

(मागून मोठा गलबला.)

रावण : ('अलो लोलो ओ55 हो55 ओ55 हो55' गर्जत, तलवार फिरवत, नाचत येतो. नंतर आसनस्थ होतो व जनक राजाला रागाने म्हणतो) अरे जनक्या, तुझी कन्या सीता, हिचं स्वयंवर मांडलंस. (मोठ्याने) अरे55 खंडोखंडीच्या, देशोदेशींच्या राजांना बोलावलंस. अरे, चौदा चौकड्यांचं माझं राज्य, लंकेचा मी राक्षसाधिपती! त्रिभुवनात माझ्यासारखा पराक्रमी राजा मीच! अरे राजा, मला निमंत्रण असावं की नसावं?

जनक राजा : होय महाराज. तुम्हाला निमंत्रण असायलाच हवं. आम्ही तुम्हाला निमंत्रण करणार होतो; पण महाराज, आपलं चौदा चौकड्यांचं राज्य, साता समुद्रापार! आपल्यापर्यंत निमंत्रण पोचणार कसं? याच चिंतेत आम्ही होतो.

रावण : हां हां रे हां हां! (एकदम सुचून) अरे, माझा अग्निदेव होता की नव्हता?

जनक राजा : होय महाराज. तुमचा अग्निदेव होता. तो तुमचाच नोकर, तुमचाच चाकर. त्याला आम्ही विचारलं, तर तो काय म्हणाला, 'माझा अग्नीचा भडका, त्यामुळं तुमची पत्रिका जळाली असती. आणि तो तुमचाच अवमान झाला असता.'

रावण : (उतावळेपणाने जोरात) अरे राजा, माझा मेघदेव होता की नव्हता?

जनक राजा : होय महाराज. तोही तुमचाच नोकर, तुमचाच चाकर. त्याला आम्ही विचारलं, तर तो काय म्हणाला, 'माझा पावसाचा जोर, आपली पत्रिका पावसात भिजून नाहीशी झाली आणि महाराजांना ती देता नाही आली, तर महाराजांचा अपमान होईल, तसं झालं तर आपणांस राग येईल!

रावण : (उसळून) अरे, आपला वायुदेव काय करत होता?

जनक राजा : महाराज, वायुदेवही आपलाच नोकर, आपलाच चाकर. त्यालाही आम्ही विचारलं. तो म्हणाला, 'माझा वाऱ्याचा झपाटा. त्या झपाट्यात तुमची पत्रिका फाटून गेली असती, तर ती महाराजांना कशी देणार? त्यात आपलाच अपमान.'

रावण : अरे, ठीक रे ठीक! अरे, जनक राजा, हा लंकाधिपती रावण आत्ताच्या आत्ता येथून स्वयंवर मंडपी गमन करतो. ओ55 हो55 ओ55 हो55 (तलवार फिरवत मागे जातो. जनक राजाही दुसऱ्या बाजूने निघून जातो.)

गांवकर : (गाणे) *जनकाने मंडप घातीला,*

गांवकर : ऋषीमंडळी, त्यांचे शिष्य, खंडोखंडीचे राजे मंडपी येऊन बसले आहेत.

खेळे : कोणेऽऽ गतीऽऽ

गांवकर : अनेक मंडळींबरोबर विश्वामित्र ऋषीसुद्धा राम-लक्ष्मणांना संगती घेऊन स्वयंवर मंडपी कसे येऊन बसले आहेत.

खेळे : कोणेऽऽ गतीऽऽ

(खेळ्यांमागून रावण तलवार फिरवत गर्जत प्रवेश करतो. नंतर आसनस्थ होतो.)

रावण : (जनक राजास) अरे जनक राजा, अरे, तुझी कन्या सीता हिचं स्वयंवर मांडलं आहेस...

जनक राजा : होय महाराज.

रावण : अरे, या स्वयंवरात 'पण' तरी काय मांडला आहेस, मला कथन कर.

जनक राजा : ऐकावं महाराज.

रावण : हां हांऽऽ रेऽऽ हां हां !

जनक राजा : विष्णूचा सहावा अवतार परशुराम, त्यांचं शिवधनुष्य...

रावण : हां हां... त्याचं काय ?

जनक राजा : सीता लहानपणी ते शिवधनुष्य सहज पेलून त्याच्याशी खेळत बसायची. त्या शिवधनुष्याला जो कुणी शूरवीर गुण लावील, त्या शूरवीरालाच सीता माळ घालेल.

रावण : (उसळून उठतो. इकडेतिकडे फिरत आवतीभोवती पाहत) आहा रेऽऽ राजा! अरे, स्वयंवरात लावून लावून 'पण' तो काय लावलास! अरे, एक लक्ष नातू, सव्वा लक्ष पणतू असलेला, चौदा चौकड्यांचं माझं राज्य (धिक्कारत) शीऽऽ शी! अरे, त्या परशुरामाच्या शिवधनुष्याचं काय घेऊन बसलास... नऊ ग्रहांच्या पायऱ्या करायला चुकलो नाही. तेहेतीस कोटी देवांना बंदिवासात घालायला चुकलो नाही. त्रिभुवनात अजिंक्य असा मी राजा! हा 'पण' ! शीऽऽ अरे जनका, 'पण' असावा तर कसा? आकाश आहे ते पाताळाला भिडवील, पाताळ आहे हे आकाशाला भिडवील, असा एक पण! अरे, मेरू पर्वताची रवी करून महासागर घुसळून नवनीत काढील, तो एक पुरुषार्थ! सात समुद्र एकाच आचमनात

आटवील, अशी करामत करेल, असा काही पण असावा! छीऽऽ या शिवधनुष्याचं काय घेऊन बसलास? पाहा, आता या धनुष्याला बाण लावतो. समजलास! ओऽऽ होऽऽ! ओऽऽ होऽऽ (मोठ्या जोशात गर्जना करत, जोमाने धनुष्याच्या बाजूने केवढा वेळ पिंगा घालत जोरजोराने ओरडत धनुष्य उचलायला जातो. धनुष्य हलत तर नाही; पण त्या प्रयत्नात रावणच उताणा पडतो.)

विश्वामित्र : (श्रीरामाला) रामा, तू या धनुष्याला चाप लावावास. जा!

(राम, लक्ष्मण उठतात. धनुष्याला नम्रपणे प्रणाम करतात.)

श्रीराम : (जनक राजाला प्रणाम करून) मला अनुज्ञा असावी.

जनक राजा : (रामाला) अवश्य, अवश्य.

(श्रीरामांनी शिवधनुष्याला प्रणाम करून ते धनुष्य लीलया उचलले. बाण लावण्यासाठी ते महाबाहू धनुष्य श्रीराम वाकवू लागले, तो ते कडाड्कन आवाज होऊन मोडून पडले. सर्वत्र जयजयकार, टाळ्यांचा कडकडाट झाला.)

रावण : (अपमानित, खजील होत उठतो. गर्जत म्हणतो) जनक राजा, मी लंकाधिपती, राक्षसाधिपती आता लंकेत गमन करतो. (गर्जत) आलोलो लोलो! ओऽऽ होऽऽ (तलवार फिरवत जातो.)

जनक राजा : लंकाधिपती रावण तर गेले. (विश्वामित्र ऋषींना) मुनिवर्य, श्रीरामांनी 'पण' तर जिंकला आहे. जानकीला अनुज्ञा असावी. (विश्वामित्र 'तथास्तु' म्हणतात.) सीते बाळा, ये. रामाला माळ घाल.

(सीता श्रीरामास पुढे येऊन माळ घालते. सगळीकडे आनंदीआनंद. टाळ्यांचा कडकडाट, जयघोष! खेळ्यांसमोर पडदा येतो. सर्व माघारी गेल्यावर पडदा दूर होतो.)

गांवकर : (गाणे) *राम सीतेची कथा सांगतो*
ऐक सवचित, पाया मजबूत।
ओऽऽ री, जनक राजाच्या मंडपी, राजा सीतेपाठोपाठ त्याच्या कुळातल्या उर्मिला लक्ष्मणाला आणि बंधूकन्या मांडवी व श्रुतकीर्ती भरत आणि शत्रुघ्नला देऊन चारही विवाह मोठ्या थाटात लावून कसे देतो आहे.

खेळे : *कोणेऽऽ गतीऽऽ*

गांवकर : नंतर सर्व मंडळी राजा दशरथ, महाराण्या, राम, लक्ष्मण, सीता, उर्मिला, भरत, शत्रुघ्न भार्यांसह इतर मंडळी अयोध्येला कशी चालली आहेत.

खेळे : कोणेऽऽ गतीऽऽ

गांवकर : अयोध्या नगरीत राम-लक्ष्मणांसह सर्व बंधूंची, सर्व सुखासमाधानात काळक्रमणा चालली आहे. दशरथ राजा हे सर्व पाहून मनी कसा संतोषला आहे.

खेळे : कोणेऽऽ गतीऽऽ

गांवकर : अयोध्ये नगरी, अयोध्ये नगरी।

दशरथ हो राजा, दशरथ हो राजा।

राज्य हो करितो, राज्य हो करितो।

राम लक्षुमण, राम लक्षुमण।

भरत शत्रुघन, भरत शत्रुघन।

दशरथाचे पुत्र, दशरथाचे पुत्र॥

ओऽऽ री, शूरवीर, कर्तव्यदक्ष, सर्व प्रिय आपला ज्येष्ठ पुत्र राम राज्य करण्यास योग्य आहे, असा दशरथ राजा मनी विचार करतो आहे.

खेळे : कोणेऽऽ गतीऽऽ

गांवकर : राजा कुलगुरू वशिष्ठ मुनींना भेटून आपला विचार सांगून म्हातारपणी आराम करू कसा म्हणतो आहे.

खेळे : कोणेऽऽ गतीऽऽ

गांवकर : कैकेयी महाली, दासी मंथरा, राणीच्या मनी वेगळेच विचार भरून देत आहे.

खेळे : कोणेऽऽ गतीऽऽ

गांवकर : श्रीरामाच्या राज्याभिषेकाच्या धामधुमीत कैकेयी रागावून, रुसून दशरथ महाराजांना महाली पाचारण कशी करते आहे.

खेळे : कोणेऽऽ गतीऽऽ

गांवकर : राजा महालात आल्यावर कैकेयीचा अवतार बघून बेचैन होऊन विचारात पडला आहे.

खेळे : कोणेऽऽ गतीऽऽ

गांवकर : कैकेयी, राजानं युद्धात दिलेल्या दोन वरांची आठवण करून देऊन ते देण्याचं वचन घेते आणि एका वरानं भरताला राज्य, तर दुसऱ्या वरानं रामाला चौदा वर्ष वनवास. दोन्ही वर मागून कसे घेत आहे.

खेळे : कोणेऽऽ गतीऽऽ

गांवकर : राजाचं वचन खरं करण्यासाठी राम, लक्ष्मण आणि सीता वल्कलं लेऊन

वनात कसे चालले आहेत.

खेळे : *कोणेऽऽ गतीऽऽ*

गांवकर : नगरजन दुःखीकष्टी होऊन त्यांना निरोप कसा देत आहे.

खेळे : *कोणेऽऽ गतीऽऽ*

गांवकर : दशरथ राजा 'श्रावण कथा' आठवून अखेरीस 'पुत्र पुत्र' असा शोक करून प्राण कसे सोडतो आहे.

खेळे : *कोणेऽऽ गतीऽऽ*

गांवकर : भरताला कळताच भरत शोकाकुल होऊन रामाला भेटावयास वनी जातो. नाइलाजानं रामाच्या पादुका आणतो आणि पादुकांच्या साक्षीनं राज्यकारभार रामाच्या नावानं कसा करतो आहे.

खेळे : *कोणेऽऽ गतीऽऽ*

गांवकर : पंचवटीला कुटीत असता, रावणाची बहीण शूर्पणखा मायावी रूप घेऊन येते आणि रामाला भुलवत 'माझ्याशी लग्न कर' असं म्हणत आहे.

खेळे : *कोणेऽऽ गतीऽऽ*

(शूर्पणखेचे सोंग येऊ शकते.)

गांवकर : अति झाल्यावर राम लक्ष्मणाला 'हिला विद्रुप कर,' असं सांगतो. त्याप्रमाणे लक्ष्मण तिचं नाक, कान कापून तिला हाकलून कसा देतो आहे.

खेळे : *कोणेऽऽ गतीऽऽ*

गांवकर : या प्रकारानं तिचे बंधू खर-दूषण संतापून सैन्यासह रामावर हल्ला करतात. राम त्यांच्यासह त्रिशीर आणि चौदा सहस्त्र सैन्याचा संहार कसा करतो आहे.

खेळे : *कोणेऽऽ गतीऽऽ*

गांवकर : शूर्पणखा रावणाकडं किंचाळत जाते आणि त्याला 'सीता हरण कर' ही चेतावणी कशी देत आहे.

खेळे : *कोणेऽऽ गतीऽऽ*

गांवकर : रावण मारिचाला घेऊन पंचवटीत येतो. मारिच मायावी हरणाचं रूप घेऊन वावरतो. सीता बघते. हरणाच्या मोहात पडते. ते मिळवण्याचा हट्ट कसा धरते आहे.

खेळे : *कोणेऽऽ गतीऽऽ*

गांवकर : सीतेचा हरणासाठीचा हट्ट पाहून राम धनुष्यबाण घेऊन हरणामागं चालला

आहे.

खेळे : *कोणेऽऽ गतींऽऽ*

गांवकर : हरीण पळतंय. राम त्यावर बाण सोडतो. हरीण रूपातला मारिच मायावीपणे रामाच्या आवाजात 'लक्षुमणा धाव धाव, घात झाला' कसे म्हणतो आहे.

खेळे : *कोणेऽऽ गतींऽऽ*

गांवकर : इकडे सीता लक्षुमणाला काहीबाही बोलून रामासाठी रामामागं जाण्यास भाग कसे पाडते आहे.

खेळे : *कोणेऽऽ गतींऽऽ*

गांवकर : लक्षुमणही नाइलाजानं झोपडीबाहेर मर्यादारेषा आखून 'त्या रेषेबाहेर जाऊ नकोस,' असं सीतेला बजावून धनुष्यबाण घेऊन रामामागं कसा चालला आहे.

खेळे : *कोणेऽऽ गतींऽऽ*

गांवकर : इकडं झोपडीत रावण मायावी रूपानं भिक्षेकरी होऊन तिला फसवून, पळवून कशी नेतो आहे.

खेळे : *कोणेऽऽ गतींऽऽ*

गांवकर : सीतेला आकाशमार्गानं नेत असताना जटायू पक्षी आडवा येतो. सीतेसाठी रावणाशी झुंजतो. रावण त्याचे पंख छाटून, जखमी करून, त्याला हटवून सीतेला घेऊन कसा चालला आहे.

खेळे : *कोणेऽऽ गतींऽऽ*

गांवकर : सीतेचा शोध घेणाऱ्या राम-लक्षुमणांना रस्त्यात जटायू झाली हकिकत सांगून दक्षिणेचा मार्ग कसा दाखवतो आहे.

खेळे : *कोणेऽऽ गतींऽऽ*

गांवकर : राम, लक्ष्मण, मारुती, सुग्रीवासह वानरसेना घेऊन लंकेला सीता शोधासाठी चालले आहेत.

खेळे : *कोणेऽऽ गतींऽऽ*

गांवकर : (म्हणणी) *राम लक्षुमण, राम लक्षुमण*
मारुती सुग्रीवऽऽ, मारुती सुग्रीवऽऽ
वानर सईन, वानर सईन
रामाचे सईन, रामाचे सईन
चालले लंकेला, चालले लंकेला

दहाव्या वन्नाला आला, आला बा रणवेल॥

(रणवेलाचा लाकडी मुखवटा, मुकुटासारखा भासणारा शोभिवंत फेटा डोक्याला, तलवार कट मिशा, कपाळी तिबोटी गंध, भव्य उग्र चेहरा असलेला, जरीबुटीची वस्त्रे परिधान केलेला, हिऱ्यामोत्यांच्या अलंकारांनी मंडित शूरवीर असा रणवेल राजा, भारदस्त शोभिवंत असा राजा. दोन्ही हातात तलवारी घेऊन, तलवारी फिरवत विविध तऱ्हेने मुद्रा फिरवत, माना वेळावत, नृत्य करत, खेळ्यांच्या गाण्याच्या तालावर तल्लीन होऊन, नाचत प्रवेश करतो.)

खेळे : (म्हणणी) रणात गेले रण हो झाले।

झुळझुळ चालतो सुजया निघाले।

(चालबदल) सईन चाललं रामाचं।

बारा हात काठीरे, चवदा भुवनी।

रणात गेले रण हो झालेऽऽ।

एकला पराणी हरी राम रेऽऽ।

साजरे कलमा जन्मावरी।

रणात गेले रण होऽऽ झाले।

सात समिंदर पार होऽऽ करुनी।

झुळझुळ चालता सजया निघाले।

रणात गेले रणवीर झाले।

रणात गेले रणवीर झाले।

रणात गेले रणी मिळाले।

रणी झुंजता सुजयी झाले।

रणात गेले रण हो झाले॥

(रणवेलाला मानाप्रमाणे नारळ दिला जातो. त्यानंतर तो मागे जातो.)

गांवकर : यायरे जायरे राजभवना, यायरे जायरे राजभवना।

एक येता भला, एक जाता भला।

एक येता भला, एक जाता भला।

खेळासी खेळदेव मेळविला नवा घोडादेव खेळविला।

ओऽऽ रीऽऽ. राम, लक्ष्मण, सुग्रीव, मारुतीसह रावण बंधू बिभीषणाच्या मदतीनं लंकेच्या दिशेनं कसे चालले आहे.

खेळे : कोणेऽऽ गतीऽऽ

गांवकर : मारुती आकाशमार्गे उड्डाण करून, लंकेत जाऊन सीतेचा शोध घेण्यास चालला आहे.

खेळे : *कोणेऽऽ गतीऽऽ*

गांवकर : लंकेतील अशोकवनात रावणाने पहाऱ्यात ठेवलेल्या सीतेचा शोध लावून, तिला ओळख पटवून, तो परत कसा येतो आहे.

खेळे : *कोणेऽऽ गतीऽऽ*

गांवकर : परतताना लंकानगरीची नासधूस करून, लंकादहन करून, रामाकडे सीतेची अशोकवनातली स्थिती सांगून कुशल सांगतो आहे.

खेळे : *कोणेऽऽ गतीऽऽ*

गांवकर : लंकेत सैन्य उतरण्यासाठी सर्व वानरसेना समुद्रावर सेतू कसा बांधत आहेत.

खेळे : *कोणेऽऽ गतीऽऽ*

गांवकर : रावणाला खबर मिळाल्यावर रावण रामावर पुत्र इंद्रजित, भाऊ कुंभकर्ण यांच्यासह अनेक सेनापतींना युद्धास कसा धाडतो आहे.

खेळे : *कोणेऽऽ गतीऽऽ*

गांवकर : राम, लक्ष्मण आणि त्यांची वानरसेना त्या सर्वांचा संहार कसा करत आहेत.

खेळे : *कोणेऽऽ गतीऽऽ*

गांवकर : आपले जवळजवळ सर्व पुत्र, सर्वच सेनापती आणि अफाट राक्षस सैन्य मारले गेल्यावर खुद्द रावण युद्धभूमीवर रामासमोर कसा येतो आहे.

खेळे : *कोणेऽऽ गतीऽऽ*

गांवकर : *लंकेचा रावण, लंकेचा रावण*
निघून चालला, निघून चालला।

रावण : (ढोलताशांच्या कडकडाटात मोठमोठ्याने गर्जना करत, हाती तलवार फिरवत, नर्तन करत) ओऽऽ होऽऽ ओऽऽ होऽऽ (गर्जना करत राम-लक्ष्मणांपुढे) अरे, रामा, लक्षा, दशाच्या पुत्रा, अरे माझी बहीण शूर्पणखा हिचं नाक, कान कापून विटंबना केलीस, हे तू करू धजलास. अरे, हे मी कदापि विसरणार नाही. अरे, मानवाच्या पुत्रा, चल हो युद्धास तय्यार!

राम : अरे दुष्टा, चांडाळा, रावणा. अरे, लपतछपत चोरासारखा दंडकारण्यात आलास. मारिचाला घेऊन मायावी रूपात भ्याडासारखा आलास. पंचवटीत सीतेला फसवून पळवलंस. अरे, बऱ्याबोलानं सीतेला स्वाधीन

कर, नाहीतर हो मरायला तय्यार!

रावण : (ताठ्यात) ते कदापि होणार नाही. अरे, माझे बंधू खर, दूषण, माझं सैन्य तेव्हा मारलंस. अरे, त्याचा बदला घेताना माझे पुत्र, माझे बंधू, अनेक पराक्रमी सेनापती कामास आले. ते काय सीतेला परत करण्यासाठी? कदापि नाही. चल हो युद्धास तय्यार!

राम : अरे, दुष्ट रावणा, हेतू तसं फळ! अरे, 'सीतेला परत कर' हे किती लोकांनी तुला सांगितलं. अरे चांडाळा, हट्टीपणानं तू ऐकलं नाहीस, भोग आता त्याची फळं! चल, हो मरायला तय्यार!

रावण : अरे, रामा-लक्षा, दशाच्या पुत्रा, काय तुझी बिशाद लागली आहे या रावणापुढं! हो युद्धास तय्यार. तुझ्यावर अग्निशस्त्र सोडतो. सांभाळ स्वत:ला.

राम : अरे, तुझ्या अग्निशस्त्राची काय महती? चल, तुझ्या त्या अग्निशस्त्रावर मेघशस्त्र सोडून त्याचं निवारण करतो. हो तय्यार!

रावण : अरे मानवाच्या पुत्रा, तुझ्या मेघशस्त्रावर वायूशस्त्र सोडून मेघशस्त्राची दाणादाण उडवून लावतो. हो मरायला तय्यार!

(अशी एकमेकांना आव्हानं देत लढाई सुरू राहते. लक्ष्मण बाजूबाजूनं रामाला साथ देतो. धनुष्यबाण, गदा, तलवार अशा विविध शस्त्रांनी लढाई होते. शेवटी)

रावण : (दंड थोपटत, पाय आपटत रामाला म्हणतो) अरे, चल मल्लयुद्धास तयार हो.

राम : चल हो तय्यार.

(दोघेही दंड थोपटत हात-पाय आपटत, गुडघ्यावर बसत जोरजोरात मल्लयुद्ध खेळतात. रावण पराभूत होत थकल्यासारखा पडायला जातो. राम आणि खेळे त्याला त्याच्या मानाचा नारळ देत त्याला सावरत मागे नेतात.)

गांवकर : (म्हणणी सुरू) यायरे जायरे राजभवना।

खेळे : यायरे जायरे राजभवना।

खेळासी खेळदेव मेळविला।

नवा घोडा देव खेळविला।

अस्वलवाला : (खेळ्यांमागून ओऽऽ असा आवाज येतो आणि पाठोपाठ, वाघ, अस्वलाचे सोंग येते. अस्वलवाला धोतर, सदरा, जाकीट, डोक्यावर

मुंडासे, हाती जनावरांच्या दोऱ्या धरलेल्या आणि दुसऱ्या हातात काठी. गाणे म्हणत प्राण्यांना नाचवत येतो.)

अस्वलबायो फुगडी खेळते।

अस्वलबायो पट्यानी खेळते।

(अस्वलाचा मुखवटा घातलेला सोंगाडी गाण्याच्या तालावर उकिडव्या अवस्थेत उड्या मारत नाचत राहतो. वाघाचा मुखवटा घातलेला सोंगाडी वाघाचा आवाज काढत डरकाळ्या फोडतो. मधेच पोरांच्या बाजूला जाऊन त्यांच्या अंगावर झडप घातल्यासारखे करत घाबरवत राहतो. त्यांचा मालक काठीने ठोकत त्यांना 'मदारीऽऽ होऽऽ होऽऽ' करत आवरतो. मधेच गांवकरांच्या प्राण्यांविषयीच्या प्रश्नांना उत्तरे देतो. परत गाणे म्हणत त्यांना नाचवतो. तत्कालीन परिस्थिती, अडचणींवर संभाषण होते. रीतीप्रमाणे शेवटी वाघ, अस्वलांना सन्मानपूर्वक नारळ दिला जातो.)

अस्वलबायो फुगडी खेळते।

अस्वलबायो पट्यानी खेळते।

(गाणे म्हणत, प्राण्यांचे लगाम खेचत खेळ्यांमागे जातो.)

गांवकर : (म्हणणी सुरू. खेळे समाप्तीची आरती)

अरे दोडा रेऽऽ, दोडा रेऽऽ, शिदोरी दोडा।

कापशी दोडा रेऽऽ, शिदोरी दोडा॥

सायबान दिला रे जोडा रे सायबान दिला रे जोडा।

खेळे : *रेशमी जोडा रे सायबान दिला रेऽऽ जोडा।*

हाता सोन्याचा तोडा रे, हाती सोन्याचा तोडा।

सायबां मुजरा केला रे, सायबां मुजरा केला।

(चाल बदल) उजळे उजळे पंचारती रे।

(आरत येते) उजळे उजळे पंचारती।

हाती घेऊन काय द्वारकामती हो।

हाती घेऊन काय द्वारकामती॥

(चाल बदल) कनकाचे दिवे, माणकांच्या वाती।

रुकमाय हाती, कवणा रे बा ववाळू?

कवणारे बाऽऽ ववाळू?

गणोबा देवा, तू माझा सारथी,

दो हाती आरती ववाळू, दो हाती आरती ववाळू।

कुमजाय बाय गऽऽ, तू माझी सारथी।

दो हाती आरती ववाळू, दो हाती आरती ववाळू।

वाघजाय बाय गऽऽ, तू माझी सारथी।

दो हाती आरती ववाळू, दो हाती आरती ववाळू।

काळाकाय बाय गऽऽ, तू माझी सारथी।

दो हाती आरती ववाळू, दो हाती आरती ववाळू।

रवळकाय देवा, तू माझा सारथी।

दो हाती आरती ववाळू, दो हाती आरती ववाळू।

चणकाय बाय गऽऽ, तू माझी सारथी।

दो हाती आरती ववाळू, दो हाती आरती ववाळू।

माणकोबा देवा, तू माझा सारथी।

दो हाती आरती ववाळू, दो हाती आरती ववाळू।

समस्त देवा, तू माझा सारथी।

दो हाती आरती ववाळू, दो हाती आरती ववाळू।

(आरत ओवाळताना मृदुंगे, खेळे, यांना कुंकुम तिलक लावला जातो. मंडळींवर अक्षता वाहतात. नंतर मृदुंगे, खेळे, सोंगाडे इत्यादी गोल फेर धरून नाचतात. त्यावेळचे गाणे)

पाणी बांध रे पाणी बांध रे, पाणी व्हावत गेले।

अहो, माळयाच्या मळ्या पाणी गेले वाया।

अहो, माळयाच्या मळ्या पाणी गेले व्हाया।

अहो, धावा धावा धावा, हो कृष्ण धावा।

अहो, धावा धावा, हो कृष्ण धावा।

गांवकर आणि

खेळे :   (नाच रंगात येतो, मृदुंग, टाळ, घुंगूर यांच्या निनादात जोर येतो, तशी मधूनमधून तोंडाने शिटी वाजवली जाते. हर्रर्र असा आवाज केला जातो.)

अहो, माळ्याच्या मळ्या सर्प गेले व्हाऽऽत हो,

सर्प गेले व्हात हो। (कुणी तोंडाने हींऽऽऽ करते.)

अहो, धावा धावा धावा, हो कृष्ण धावा।

अहो, धावा धावा धावा, हो कृष्ण धावा।

कृष्ण बोले कृष्ण बोले द्वारकेचा राणा।

कृष्ण बोले कृष्ण बोले द्वारकेचा राणा।

अहो, माव्ल्याच्या मळ्या, पाणी गेले व्हात हो,

पाणी गेले व्हात हो।

पाणी बांध रे, पाणी बांध रे, पाणी व्हावत गेले।

(म्हणता म्हणता खेळे पहिल्यासारखे रांगेत होतात.)

(चाल बदलत) अहो पाटाचं पाणी काय आडवं गेलं हो,

पाटाचं पाणी काय आडवं गेलं।

कोल्हापूरच्या भवानीला मान्य काय झालं होऽऽ।

कोल्हापूरच्या भवानीनं मान्य काय केलं होऽऽ।

बांधले बांधले वड-पिंपळ गा।

बांधले बांधले वड-पिंपळ।

बांधले बांधले गाई गोवाळे हो,

बांधले बांधले गाई गोवाळे।

एवढं एवढं पुण्य सायबानी केलं हो,

एवढं एवढं पुण्य सायबानी केलं॥

(चाल बदलत) साजरे मालका ढाल देतील।

साजरे मालका ढाल देतील॥

सूर्यासारखे झळाळतील।

सूर्यासारखे झळाळतील॥

(चाल) बैसले सभेला, राम राम केला हो।

बैसले सभेला, राम राम केला॥

राम राम।

मंडळी :   राम राम।

(खेळे झगे काढतात आणि त्यांना मिळालेल्या नारळांचा प्रसाद वाटून खातात.)

***

खेळे : शब्दार्थ : स्पष्टीकरणे

गणोबा	:	गणपती
माणकोबा	:	माणकेश्वर
दंडिगण	:	दिंडीगाण – भक्त गण, ईश्वर भक्त
म्हणणी	:	टाळ मृदुंगाच्या चालीवरील, ठेक्यावरील सांघिक गाणी व विशिष्ट शैलीतील कथाकथन.
दुशीकडचे	:	खेळ्यांच्या रांगेच्या दोन्ही टोकाकडचे मृदुंगे
पूर्वजांचा सन्मान	:	माणूस मेल्यानंतर तेराव्या दिवशी रात्री भजन, कीर्तन किंवा गोंधळ ठेवतात; तसेच खेळे नाचवतात. अशाप्रकारे केलेला पूर्वजांचा सन्मान.
हादी गन्ना	:	आधी गणाला
सुमरावा	:	स्मरावा
हेदवीचा एकनाथ	:	हेदवी गावातील प्रसिद्ध गणपती
वाजप	:	टाळ, मृदुंग, झांज, घुंगुर यांची वाद्य साथ
पायरवली	:	चाहूल, चालताना होणारा पायांचा आवाज, चाहूल लागली.
पोच-येस	:	पोचरी गावाला
हटाया	:	बाजूला व्हायला
ओतरून	:	रागाने टवकारून (बैल झुंजीच्या वेळी एकमेकांकडे बघतात तसे)
नदार	:	नजर
भेटभोवर	:	भेटीदाखल खाऊ
इरती	:	कामगिरी
हाव टाकतो	:	दम खातो. दमल्यासारखे करतो.
सुस्ती	:	झोपेची झापड
पवाड	:	पोवाडा

धांवा पाव : धावत ये, प्रसन्न हो

दोरपाल : द्वारपाल

कोणेऽऽ गतीऽऽ : गावकराचे कथाकथन पुढे चालले आहे, हे दाखवण्यासाठीचे
पालुपद

लावणी बिवणी : भातरोपांची रोपणी, लागवड

खंय : कोठे (खंयला – कोणता, कुठला)

झिरमणे : पेंगणे, डुलक्या खाणे

तुमानला : तुम्हाला

आमनला : आम्हाला

फानफटी : भल्या पहाटे

पाणी दावणे : गुरांना पाणी पाजणे – पाणी दाखवणे

सायाची : गुढी – साया – साग – सागाचे लाकूड मजबूत म्हणून

म्होरा : चेहरा

गोजरं : सुंदर (असं लाडानं नाव ठेवतात, जसं सोना, माणका, हीरा
वगैर)

माघारीण : बायको

गुण : बाण (धनुष्याला गुण लावणे)

वांयसा : वांयसासा, वांइच – थोडासा, किंचित, अल्प.

***

लेखक परिचय

गोविंद अनंत कुळकर्णी

शिक्षण	: एमए मराठी, संस्कृत, बी. लिब. एस्सी. मुंबई विद्यापीठ

व्यवसाय : 'चेंबूर एज्युकेशन सोसायटी'च्या चेंबूर हायस्कूलमध्ये ग्रंथपालाची छत्तीस वर्षांहून अधिक काळ नोकरी.
'चेंबूर हायर सेकंडरी कॉलेज', 'चेंबूर एज्युकेशन सोसायटी'चे बीएड कॉलेज या दोन्ही ठिकाणी काही वर्षे ग्रंथपालाची अर्धवेळ नोकरी.

अधिक माहिती : 'चेंबूर एज्युकेशन सोसायटी'च्या 'चेंबूर हायस्कूल'चे माजी विद्यार्थी असल्यामुळे माजी विद्यार्थी संघटनेचे क्रियाशील कार्यकर्ता म्हणून काम.
'मुंबई माध्यमिक शाळा ग्रंथपाल संघटने'त कार्यकर्ता आणि उपाध्यक्ष म्हणून काम.

छंद आणि आवड : वाचन, लेखन, नाटक, लोककला पाहणे आणि संगीत ऐकणे.

नोंद : १९५६-५७ चा 'आदर्श विद्यार्थी' म्हणून 'चेंबूर हायस्कूल'ची फिरती ढाल मिळाली.
एस. आय. इ. एस. कॉलेज मॅगॅझिनमधील लेखनाला 'बेस्ट कॉन्ट्रिब्युशन' पारितोषिक मिळाले.
'फुणगूस नाट्य मंडळ' आणि 'मुंबई माध्य. शाळा ग्रंथपाल संघटने'च्या स्मरणिकेचे संपादक म्हणून काम केले.
सन १९७० च्या दशकांत काही नवोदित नियतकालिकांमध्ये लेख आणि कविता प्रसिद्ध झाल्या.

अर्थात

#AnyoneCanPublish

अंतर्गत प्रकाशित झालेली पुस्तकं

अ.क्र.	पुस्तकाचे नाव	लेखकाचे नाव	विषय/ कॅटेगरी	किंमत
१.	पौर्णिमेच्या कथा	चिंतामणी देशपांडे	ललित	१३०/-
२.	मनाच्या आरश्यात	प्रिया खैरे पाटील	ललित	२४०/-
३.	दृष्टी	कांचन शेंडे	ललित	१९०/-
४.	चित्रकर्मी	आशिष निनगुरकर	ललित	२९९/-
५.	माझी भटकंती	दिलीप वैद्य	ललित	१५०/-
६.	कृष्णं वंदे जगद्गुरूम्	श्यामसुंदर राठी	ललित	१९९/-
७.	केशव-लक्ष्मी कृपा	राधिका श्रीराम घोरपडे	ललित	१३०/-
८.	गंधाळलेली फुले	यशवंत पाटील	ललित	१९०/-
९.	भवताल	मनीषा आवेकर	ललित	१८०/-
१०.	अभिनयांकित	जयश्री दानवे	ललित	२५०/-
११.	फुलांच्या दुनियेत	मृणाल तुळपुळे	ललित	१७०/-
१२.	मुरडण	बालाजी मदन इंगळे	ललित	१३०/-
१३.	कवडसे	डॉ. अरविंद वैद्य	ललित	३५०/-
१४.	राम तोचि विठ्ठल	शीला देशमुख	ललित	१५०/-
१५.	भावबंध	मोहन सरडे	ललित	१७०/-
१६.	फुलबाग	सुरेश गर्जे	ललित	१२०/-
१७.	पैसा, पैसा आणि पैसा	सुरेश गर्जे	ललित	१७०/-
१८.	भारतभर सायकलभ्रमण	दत्तात्रय मेहेंदळे	ललित	३७०/-
१९.	आहे सुगम तरी...	विजय श्रोत्रिय	ललित	२२०/-
२०.	हे जीवन सुंदर आहे	मंगेश चौधरी	ललित	२५०/-
२१.	मनतरंग	प्रिया खैरे पाटील	कविता	१३०/-
२२.	आत्मसंवाद	रमेश राठोड	कविता	१३०/-
२३.	साद	पुष्पा तारे	कविता	१६०/-
२४.	वाट चालता चालता	पुष्पा सराफ, रोशनी	कविता	१३०/-
२५.	पाऊलवाटेवर चालताना	सुचेता अवसरे	कविता	१३०/-

अ.क्र.	पुस्तकाचे नाव	लेखकाचे नाव	विषय/ कॅटेगरी	किंमत
२६.	बापा तुझं आभाळ	हनुमंत भवारी	कविता	१३०/-
२७.	प्रपात	प्रणव लेले	कविता	१२५/-
२८.	बासरी	किरण वेताळ	कविता	१२५/-
२९.	भरून येणाऱ्या डोळ्यांतून	अरुणकुमार जोशी	कविता	१२०/-
३०.	An Eternal	Dr. Arjun Shirsath	कविता	140/-
३१.	चैत्रपालवी	चैत्राली कुळकर्णी	कविता	१८०/-
३२.	काट्यातले मोरपीस	अरुण कटारे	कविता	१८०/-
३३.	पालवी	काशीराम बोर	कविता	१३०/-
३४.	अंतरंग सावल्यांचे	सदाशिव शेंडे	कविता	१९०/-
३५.	कोवळी पाने	संदीप काळे	कविता	१२५/-
३६.	सप्रेम	अर्जुन शिरसाठ	कविता	१४०/-
३७.	साष्टांग	अर्जुन शिरसाठ	कविता	१४०/-
३८.	माणूस म्हणून जगा	उदय माळगावकर	कविता	२६०/-
३९.	जीवन प्रवाह	दीपक भोजराज	कविता	२६०/-
४०.	मुक्तछंद	डॉ. स्मिता झंवर	कविता	१२०/-
४१.	काव्यसुधा	प्रकाश निर्मळे	कविता	१२०/-
४२.	तळ धुंडाळताना	ज्योती जोशी	कविता	२५०/-
४३.	स्वर व्यंजनी	प्रसाद पाठारे	बालकविता	१२०/-
४४.	रुपक कथा	शशांक देव	कथा	९९/-
४५.	मोलाची ठेव	कृष्णा पाटील	कथा	२२८/-
४६.	छोड अकेला फिर जाओ	उर्मी रुमी	कथा	१७०/-
४७.	धूमधडाका	मयूरेश कुळकर्णी	कथा	२३०/-
४८.	ठिकरीची फोडणी	अशोक कांबळे	कथा	१९०/-
४९.	वाटणी	कृष्णा पाटील	कथा	२५०/-
५०.	कर्मफल	काशीराम बोरे	कथा	१८०/-
५१.	गढीवरच्या आईसाहेब	डॉ. यशवंत पाटील	कादंबरी	१५०/-
५२.	द्रौपदीबाई पठाण	प्रिया गोगावले-विखे	कादंबरी	१६०/-
५३.	रुबाब	अमोल सोंडकर	कादंबरी	१४०/-
५४.	घेरं	वासुदेव डहाके	कादंबरी	६७०/-
५५.	होम मिनिस्टर	युवराज कोरे	कादंबरी	१८०/-
५६.	तडजोड	निवृत्ती जोरी	कादंबरी	४९९/-
५७.	एक होती यशोदा	सुनील पांडे	कादंबरी	१२५/-

अ.क्र.	पुस्तकाचे नाव	लेखकाचे नाव	विषय/ कॅटेगरी	किंमत
५८.	व्यक्तिमत्त्व विकासाचा कोलाज	विनोद बिडवाईक	सेल्फ हेल्प	२००/-
५९.	स्वयंविकासाची स्वयंप्रेरणा	विनोद बिडवाईक	सेल्फ हेल्प	२२०/-
६०.	शिवसूत्र	योगेश क्षत्रिय	सेल्फ हेल्प	२९०/-
६१.	Vitality in human resource	Vinod Bidvaik	सेल्फ हेल्प	299/-
६२.	Holistic approach	Vinod Bidvaik	सेल्फ हेल्प	120/-
६३.	महासत्तेच्या वाटेवर	युवराज कोरे	माहितीपर	१४०/-
६४.	इंडिया डायरी	प्रमोद देशपांडे	माहितीपर	२००/-
६५.	India Dairy	Pramod Deshpande (English)	माहितीपर	240/-
६६.	कचराकोंडी ते पंधरा कोटी	सतीश वैजापूरकर	माहितीपर	१८०/-
६७.	रेन वॉटर हारवेस्टींग	प्रवीण खांडवे	माहितीपर	१९९/-
६८.	ईशोपनिषद	सुरेश गर्जे	अध्यात्म	१५०/-
६९.	रामराज्य	सुरेश गर्जे	अध्यात्म	१७०/-
७०.	तुका आकाशाएवढा	सुरेश गर्जे	अध्यात्म	२२०/-
७१.	Unalome	Shweta Bharati	अध्यात्म	250/-
७२.	शिंपल्यातील मोती	अंजना चौगुले-चावरे	चरित्र	१९९/-
७३.	विवेकवेल	वसंत गायकवाड	चरित्र	४९९/-
७४.	Karmaveer Bhaurao Patil: Life and work of a rebel	Bharat Kavathekar	चरित्र	190/-
७५.	द जेनेटिक वेडिंग रिंग	मंदार मुंडले	नाटक	९९/-
७६.	The genetic wedding ring	Mandar Mundale	नाटक	99/-
७७.	महाविनाशाची पदचिन्हे	भाऊराव मुळे	नाटक	४९९/-
७८.	प्रवासातून प्रबोधन	श्रीराम भास्करवार	प्रवासवर्णन	१९०/-
७९.	माझा युरोप प्रवास	अशोक केसरकर	प्रवासवर्णन	२८०/-
८०.	लंडन डायरी	रूपाली पाटील-मिरासदार	प्रवास	२२५/-
८१.	ओवीरूप भगवद्‌गीता	आर. जी. पाटील	तत्त्वज्ञान	८७०/-
८२.	ऋग्वेद अर्थसार	बापू कुंभार	तत्त्वज्ञान	४७०/-
८३.	आरोग्यधाम	बी. के. तेली (चौधरी)	आरोग्य	१५०/-

अ.क्र.	पुस्तकाचे नाव	लेखकाचे नाव	विषय/ कॅटेगरी	किंमत
८४.	Andra Recipe	Vijaya Lakshmi	पाककला	990/-
८५.	संपूर्ण दीपरामायण	दीपक करंदीकर	महाकाव्य	१४९९/-
८६.	भुकेलेल्या देशाची कृषि महासत्तेकडे वाटचाल	अनिल शिंदे	सामाजिक	२६०/-
८७.	'जागृती'तून जागृतीकडे	जयश्री काळे	सामाजिक	३८०/-
८८.	We are the quarry, fate	Prasad & Shubhada	Non-	
८९.	Rede an Das Gewissen	Dr. Rajendra Padture	Spiritual (Translation)	499/-
९०.	Incremental learning of Electricity Smart Meter Data	Archana Y. Chaudhari Preeti Mulay	टेक्निकल	850/-
९१.	अक्षर ओळख	ज्योत्स्ना पास्ते	शैक्षणिक	१९९/-
९२.	सामर्थ्य विचारांचे	सतीश सूर्यवंशी	सुविचार	२५०/-
९३.	अन्नगाथा	डॉ. मृणाल पेडणेकर	विज्ञान	१४०/-
९४.	निवडक डॉ. गिरीश दाबके	डॉ. गिरीश दाबके	संपादन	५२०/-
९५.	Titan slayers	Soha Mehendale	कॉमिक	180/-
९६.	एक कण आयुर्वेदाचा	वैद्य रमा खटावकर	वैद्यकीय	२९९/-

पुस्तक खरेदीसाठी संपर्क : ८८८८८४९०५०

पुस्तके ऑनलाइन उपलब्ध

amazon.in / flipkart/ https://sakalpublications.com

www.ingramcontent.com/pod-product-compliance
Lightning Source LLC
LaVergne TN
LVHW010536200726
843506LV00013B/2838